Diminishing Dialects: Approaches and Narratives in Rescuing Endangered Languages

కనుమరుగుతున్న మాండలికాలు: కనుమెరిగిన భాషలను కాపాడటంలో విధానాలు మరియు కథనాలు

Aanya Kapoor

TABLE OF CONTENT

Define key terms: dialects, endangered languages, language death.

Illustrate the scope of the problem: statistics, global map of endangered languages.

Explore the causes of language endangerment: colonization, globalization, economic factors.

Highlight the consequences of language loss: cultural erosion, identity crisis, historical amnesia.

Introduce the concept of linguistic diversity as a cornerstone of human heritage.

Discuss the intrinsic value of each language as a unique expression of culture and worldview.

Explore the instrumental values of endangered languages: environmental knowledge, scientific insights, literary treasures.

Showcase examples of communities using their languages for advocacy, education, and cultural revival.

Chapter 5: Voices Amplified: Technology and the Future of Endangered Languages   48

Explore the potential of technology in language preservation and revitalization efforts.

Discuss the use of digital tools for language documentation, archiving, and teaching.

Introduce online language learning platforms, mobile apps, and virtual communities.

Analyze the ethical implications and potential pitfalls of using technology in language preservation.

Chapter 6: Beyond Words: Storytelling and the Power of Narrative   56

Discuss the role of storytelling in preserving and transmitting cultural knowledge and identity.

Explore the use of traditional and contemporary narratives in language revitalization efforts.

Showcase examples of folktales, songs, and poetry used to keep endangered languages alive.

Analyze the power of storytelling to connect communities and inspire action.

Chapter 7: Education and Advocacy: Raising Awareness and Building Support 64

- Discuss the importance of public awareness and education in supporting language revitalization.

- Explore different strategies for raising awareness: media campaigns, educational workshops, community events.

- Advocate for policy changes and funding initiatives to support endangered languages.

- Highlight the role of individuals and organizations in promoting language diversity.

Chapter 8: Intercultural Bridges: Collaboration and Partnerships 72

- Emphasize the importance of collaboration and partnerships in language revitalization efforts.

- Discuss the role of linguists, anthropologists, educators, and community leaders in working together.

- Explore examples of successful collaborations between indigenous communities and academic institutions.

- Advocate for intercultural understanding and respect in language preservation efforts.

Acknowledge the challenges and uncertainties facing endangered languages.

Celebrate the resilience and determination of communities working to save their languages.

Offer a message of hope and inspiration for the future of linguistic diversity.

Conclude with a call to action for individuals and communities to support language preservation efforts.

విషయ సూచిక

అధ్యాయం 1: కనుమరుగుతున్న వారసత్వం: భాషా నష్టం అవగాహన

- కీలక పదాలు: మాండలికాలు, కనుమరుగుతున్న భాషలు, భాషా మృత్యు.
- సమస్య పరిమాణం: గణాంకాలు, లోక పటంలో కనుమరుగుతున్న భాషలు.
- కారణాలు: వలసరాజ్యం, ప్రపంచీకరణ, ఆర్థిక అంశాలు.
- పరిణామాలు: సంస్కృతి క్షీణత, గుర్తింపు సంక్షోభం, చరిత్ర మరుపు.

అధ్యాయం 2: భాషా వైవిధ్యం: మానవ వారసత్వపు పునాది

- భాషా వైవిధ్యం మానవ వారసత్వపు పునాదిగా పరిచయం.
- ప్రతీ భాష సాంస్కృతిక ప్రతిబింబం, ప్రపంచ దృక్పథం.
- పర్యావరణ జ్ఞానం, శాస్త్రీయ అంతర్దృష్టి, సాహిత్య సంపదలు.
- స్వభాష హక్కులు, విద్య, సాంస్కృతిక పునరుజ్జీవనంలో ఉదాహరణలు.

అధ్యాయం 3: గతం గొంతులు: భాషా డాక్యుమెంటేషన్ మరియు ఆర్కైవింగ్

భాషా రక్షణలో డాక్యుమెంటేషన్ ప్రాముఖ్యత.

సంప్రదాయ, డిజిటల్ పద్ధతులు: ఫీల్డ్ రికార్డింగ్స్, ఇంటర్వ్యూలు, వ్యాకరణ విశ్లేషణ.

లోకవ్యాప్తంగా భాషా ఆర్కైవింగ్ చర్యలు, నిల్వలు.

డాక్యుమెంటేషన్లో నీతి నియమాలు, సమాజ పాత్ర.

అధ్యాయం 4: పునరుజ్జీవన ప్రయత్నాలు: భాషా పునరుద్ధారణ చర్యలు

భాషా పునరుద్ధారణ, లక్ష్యాలు పరిచయం.

విజయవంతమైన కేసు అధ్యయనాలు.

పరిచయ పాఠశాలలు, సామాజిక చర్యలు.

సవాళ్లు, అవకాశాలు.

అధ్యాయం 5: సాంకేతికత: భవిష్యత్తు పాత్ర

- భాషా రక్షణ, పునరుద్ధారణలో సాంకేతికత ప్రభావం.
- డిజిటల్ సాధనాలు: డాక్యుమెంటేషన్, ఆర్కైవింగ్, బోధన.
- ఆన్‌లైన్ భాషా నేర్పు ప్లాట్‌ఫారమ్‌లు, మొబైల్ యాప్‌లు, వర్చువల్ కమ్యూనిటీలు.
- నీతిపరమైన ప్రభావాలు, సంభావ్య లోపాలు.

అధ్యాయం 6: కథల శక్తి: సంస్కృతి, గుర్తింపు పరిరక్షణ

- సాంస్కృతిక జ్ఞానం, గుర్తింపు బదిలీలో కథల పాత్ర.
- పునరుద్ధారణలో సంప్రదాయ, ఆధునిక కథనాలు.
- జానపద కథలు, పాటలు, కవితలు.
- కమ్యూనిటీలను కలపడం, చర్యలకు ప్రేరణ.

అధ్యాయం 7: విద్య మరియు ప్రచారం: అవగాహన పెంపు, మద్దతు నిర్మాణం

భాషా పునరుద్ధారణలో ప్రజా అవగాహన, విద్య యొక్క ప్రాముఖ్యత.

అవగాహన పెంపు వ్యూహాలు: మీడియా ప్రచారాలు, విద్యా కార్యశాలలు, సామాజిక కార్యక్రమాలు.

కనుమరుగుతున్న భాషలకు మద్దతుగా విధాన మార్పులు, నిధుల కేటాయింపుల ప్రచారం.

భాషా వైవిధ్యం ప్రోత్సహనలో వ్యక్తులు, సంస్థల పాత్ర.

అధ్యాయం 8: అంతర్సాంస్కృతిక వంతెనలు: సహకారం, భాగస్వామ్యాలు

భాషా పునరుద్ధారణలో సహకారం, భాగస్వామ్యాల ప్రాముఖ్యత.

భాషావేత్తలు, మానవ శాస్త్రజ్ఞులు, విద్యావేత్తలు, సామాజిక నాయకుల పాత్ర.

స్థానిక సంఘాలు, విద్యాసంస్థల మధ్య విజయవంతమైన భాగస్వామ్యాల ఉదాహరణలు.

భాషా రక్షణలో అంతర్సాంస్కృతిక అవగాహన, గౌరవం.

అధ్యాయం 9: భాషల భవిష్యత్తు: నష్టం ముందు ఆశ, ధృడత్వం

- కనుమరుగుతున్న భాషల సవాళ్లు, అనిశ్చితి.

- తమ భాషలను కాపాడుతున్న సంఘాల ధృడత్వాన్ని, నిశ్చయతను చిత్రీకరణ.

- భాషా వైవిధ్యం భవిష్యత్తుకు ఆశ, స్ఫూర్తి.

- భాషా రక్షణ చర్యలకు వ్యక్తులు, సంఘాలు ఎలా దోహదపడగలరో పిలుపు.

Chapter 1: The Looming Loss: Understanding Language Endangerment

అధ్యాయం 1: కనుమరుగుతున్న వారసత్వం: భాషా నష్టం అవగాహన

కీలక పదాలు: మాండలికాలు, కనుమరుగుతున్న భాషలు, భాషా మృత్యు

మాండలికాలు

భాష ఒక విస్తారమైన వ్యవస్థ, ఇది అనేక విభిన్న రూపాలను కలిగి ఉంటుంది. ఈ రూపాలలో ఒకటి మాండలికం. మాండలికం అనేది ఒకే భాష యొక్క ఒక భాగం, ఇది కొన్ని ప్రత్యేకమైన లక్షణాలను కలిగి ఉంటుంది. ఈ లక్షణాలు భాషా నిర్మాణంలో, పదజాలంలో మరియు ఉచ్చారణలో ఉండవచ్చు.

మాండలికాలు సాధారణంగా భౌగోళిక ప్రాంతాలతో ముడిపడి ఉంటాయి. ఉదాహరణకు, తెలంగాణ రాష్ట్రంలోని వివిధ ప్రాంతాలలో వివిధ తెలుగు మాండలికాలు మాట్లాడబడతాయి.

మాండలికాలు ఒక భాష యొక్క సాంస్కృతిక వైవిధ్యాన్ని ప్రతిబింబిస్తాయి. అవి ప్రజల చారిత్రక మరియు సామాజిక నేపథ్యాన్ని తెలియజేస్తాయి.

కనుమరుగుతున్న భాషలు

ప్రపంచవ్యాప్తంగా అనేక భాషలు అంతరించిపోతున్నాయి. ఈ భాషలను కనుమరుగుతున్న భాషలు అని పిలుస్తారు.

కనుమరుగుతున్న భాషలకు అనేక కారణాలు ఉన్నాయి. ఒక కారణం భౌగోళిక స్థానం. కొన్ని భాషలు చిన్న ప్రాంతాలలో మాత్రమే మాట్లాడబడతాయి, ఇది వాటిని అంతరించిపోయే ప్రమాదానికి గురిచేస్తుంది.

మరొక కారణం సామాజిక-ఆర్థిక పరిస్థితులు. కొన్ని భాషలు మాట్లాడే ప్రజలు పేదరికంలో లేదా అణచివేతకు గురవుతున్నారు. ఇది వారి భాషను కాపాడుకోవడం కష్టతరం చేస్తుంది.

కనుమరుగుతున్న భాషల అంతరించిపోవడం అనేది ఒక భాషా నష్టం. ఇది ఒక సంస్కృతి మరియు చరిత్ర యొక్క భాగాన్ని కోల్పోవడానికి దారితీస్తుంది.

భాషా మృత్యు

ఒక భాష మాట్లాడే చివరి వ్యక్తి మరణించినప్పుడు, ఆ భాష భాషా మృత్యును అనుభవిస్తుంది.

భాషా మృత్యు అనేది ఒక భాష యొక్క చివరి ఘట్టం. ఇది ఒక సంస్కృతి మరియు చరిత్ర యొక్క ముగింపు.

భాషా మృత్యును నిరోధించడానికి ఏమి చేయవచ్చు?

భాషా మృత్యును నిరోధించడానికి అనేక విషయాలు చేయవచ్చు. ఒక విధానం మాండలికాలను ప్రోత్సహించడం. మాండలికాలను పాఠశాలల్లో బోధించడం మరియు వాటిని కళ, సాహిత్యం మరియు సినిమా వంటి సాంస్కృతిక ప్రదర్శనలలో ఉపయోగించడం ద్వారా ఇది చేయవచ్చు.

సమస్య పరిమాణం: గణాంకాలు, లోక పటంలో కనుమరుగుతున్న భాషలు

ప్రపంచవ్యాప్తంగా ఏడు వేలకు పైగా భాషలు ఉన్నాయి. వాటిలో సగం కంటే ఎక్కువ భాషలు అంతరించిపోయే ప్రమాదంలో ఉన్నాయి.

గణాంకాలు

- ప్రపంచంలోని 20% భాషలను మాత్రమే 100,000 మందికి పైగా మాట్లాడతారు.

- ప్రపంచంలోని 50% భాషలను మాత్రమే 10,000 మందికి పైగా మాట్లాడతారు.

- ప్రపంచంలోని 70% భాషలను మాత్రమే 1,000 మందికి పైగా మాట్లాడతారు.

లోక పటంలో కనుమరుగుతున్న భాషలు

అమెరికా, ఆస్ట్రేలియా, ఆఫ్రికా మరియు ఆసియాలోని అనేక దేశాలలో కనుమరుగుతున్న భాషలు ఉన్నాయి.

- ఉత్తర అమెరికాలో, ఎస్కిమో-అల్యూటిక్, అమెరికన్ ఇండియన్ మరియు హైస్పానిక్ భాషలు అంతరించిపోయే ప్రమాదంలో ఉన్నాయి.

- దక్షిణ అమెరికాలో, అమెరికన్ ఇండియన్ మరియు ఆఫ్రో-కరేబియన్ భాషలు అంతరించిపోయే ప్రమాదంలో ఉన్నాయి.

- ఆఫ్రికాలో, బంటు, నైగ్రో-సహారన్ మరియు ఖోయిసాన్ భాషలు అంతరించిపోయే ప్రమాదంలో ఉన్నాయి.

ఆసియాలో, ఆస్ట్రోనేషియన్, ఖైనీస్-టిబెటన్, ఇండో-ఆర్యన్ మరియు టర్కిక్ భాషలు అంతరించిపోయే ప్రమాదంలో ఉన్నాయి.

కారణాలు

కనుమరుగుతున్న భాషలకు అనేక కారణాలు ఉన్నాయి. ఈ కారణాలు:

భౌగోళిక స్థానం: కొన్ని భాషలు చిన్న ప్రాంతాలలో మాత్రమే మాట్లాడబడతాయి. ఈ ప్రాంతాలు వలసలు లేదా ఇతర కారణాల వల్ల ప్రజలు తరచుగా మారుతున్న ప్రాంతాలు కావచ్చు.

సామాజిక-ఆర్థిక పరిస్థితులు: కొన్ని భాషలు మాట్లాడే ప్రజలు పేదరికంలో లేదా అణచివేతకు గురవుతున్నారు. ఇది వారి భాషను కాపాడుకోవడం కష్టతరం చేస్తుంది.

విద్య: కొన్ని భాషలు మాట్లాడే ప్రజలు విద్యను పొందడానికి అవకాశం లేకపోవచ్చు. ఇది వారి భాషను కాపాడుకోవడం కష్టతరం చేస్తుంది.

మాధ్యమాలు: మాధ్యమాలు ప్రపంచవ్యాప్తంగా విస్తృతంగా ప్రాచుర్యం పొందిన భాషలను ప్రోత్సహించడంలో ముఖ్యమైన పాత్ర పోషిస్తాయి. ఇది కనుమరుగుతున్న భాషలపై ప్రతికూల ప్రభావాన్ని చూపుతుంది.

కారణాలు: వలసరాజ్యం, ప్రపంచీకరణ, ఆర్థిక అంశాలు

కనుమరుగుతున్న భాషలకు అనేక కార్ణాలు ఉన్నాయి. వాటిలో కొన్ని కారణాలు:

వలసరాజ్యం

వలసరాజ్యం అనేది కనుమరుగుతున్న భాషలకు ఒక ప్రధాన కారణం. వలసరాజ్యాల ద్వారా, ఆధిపత్య భాషలు కొత్త ప్రాంతాలకు వ్యాపించాయి. ఇది స్థానిక భాషలను అణచివేయడానికి దారితీసింది.

ఉదాహరణకు, స్పెయిన్ మరియు పోర్చుగల్ వలసరాజ్యాల ద్వారా, స్పానిష్ మరియు పోర్చుగీస్ భాషలు అమెరికా, ఆఫ్రికా మరియు ఆసియాలోని అనేక ప్రాంతాలలో వ్యాపించాయి. ఇది ఈ ప్రాంతాలలోని అనేక స్థానిక భాషల అంతరించిపోవడానికి దారితీసింది.

ప్రపంచీకరణ

ప్రపంచీకరణ కూడా కనుమరుగుతున్న భాషలకు ఒక కారణం. ప్రపంచీకరణ ద్వారా, ఆధిపత్య భాషలు, ముఖ్యంగా ఆంగ్లం, ప్రపంచవ్యాప్తంగా వ్యాపించాయి. ఇది స్థానిక భాషలను అణచివేయడానికి దారితీస్తుంది.

ఉదాహరణకు, ప్రపంచీకరణ ద్వారా, ఆంగ్లం ప్రపంచవ్యాప్తంగా వ్యాపారం, విద్య మరియు సంస్కృతిలో ప్రాధాన్యత వహించే భాషగా మారింది. ఇది అనేక భాషలు మాట్లాడే ప్రజలు తమ భాషను త్యాగం చేయడానికి దారితీస్తుంది.

ఆర్థిక అంశాలు

ఆర్థిక అంశాలు కూడా కనుమరుగుతున్న భాషలకు ఒక కారణం. పేదరికం మరియు అసమానత స్థానిక భాషలను కాపాడుకోవడం కష్టతరం చేస్తుంది.

ఉదాహరణకు, పేద ప్రాంతాలలో, విద్య మరియు సామాజిక సేవలకు తరచుగా తక్కువ ప్రాధాన్యత ఇవ్వబడుతుంది. ఇది స్థానిక భాషలను బోధించడానికి మరియు ప్రోత్సహించడానికి నిధులను తగ్గిస్తుంది.

ఈ కారణాల వల్ల, ప్రపంచవ్యాప్తంగా అనేక భాషలు అంతరించిపోయే ప్రమాదంలో ఉన్నాయి. ఈ భాషల అంతరించిపోవడం అనేది ఒక సంస్కృతి మరియు చరిత్ర యొక్క భాగాన్ని కోల్పోవడానికి దారితీస్తుంది.

కనుమరుగుతున్న భాషలను కాపాడుకోవడానికి, కింది చర్యలు తీసుకోవచ్చు:

స్థానిక భాషలకు విద్యలో ప్రాధాన్యత ఇవ్వండి.

స్థానిక భాషల ఉపయోగాన్ని ప్రోత్సహించడానికి సాంస్కృతిక కార్యక్రమాలు మరియు సంస్థలను ప్రోత్సహించండి.

స్థానిక భాషలను గుర్తించడానికి మరియు రక్షించడానికి చట్టాలను రూపొందించండి.

పరిణామాలు: సంస్కృతి క్రయోగ్రత, గుర్తింపు సంక్షోభం, చరిత్ర మరుపు

కనుమరుగుతున్న భాషల అంతరించిపోవడం అనేది ఒక సంస్కృతి మరియు చరిత్ర యొక్క భాగాన్ని కోల్పోవడానికి దారితీస్తుంది. దీనికి అనేక పరిణామాలు ఉన్నాయి, వీటిలో:

సంస్కృతి క్రయోగ్రత

భాష అనేది ఒక సంస్కృతి యొక్క ముఖ్యమైన అంశం. ఇది సంస్కృతిని కొనసాగించడానికి మరియు అభివృద్ధి చేయడానికి అవసరమైన సాధనాలను అందిస్తుంది. భాష అంతరించిపోయినప్పుడు, సంస్కృతి కూడా క్రయోగ్రత చెందుతుంది.

గుర్తింపు సంక్షోభం

భాష అనేది ఒక వ్యక్తి యొక్క గుర్తింపు యొక్క ముఖ్యమైన అంశం. ఇది వ్యక్తికి వారి చరిత్ర, సంస్కృతి మరియు సమాజంతో బంధాన్ని అందిస్తుంది. భాష అంతరించిపోయినప్పుడు, వ్యక్తులు తమ గుర్తింపును కోల్పోవచ్చు.

చరిత్ర మరుపు

భాష అనేది చరిత్రను సంరక్షించడానికి అవసరమైన సాధనాలలో ఒకటి. భాష అంతరించిపోయినప్పుడు, చరిత్ర కూడా మరుగుపోతుంది.

కొన్ని నిర్దిష్ట ఉదాహరణలు:

అమెరికాలో, అనేక అమెరికన్ ఇండియన్ భాషలు అంతరించిపోయాయి. ఇది ఆ సంస్కృతుల చరిత్ర మరియు సంస్కృతిని కోల్పోవడానికి దారితీసింది.

ఆస్ట్రేలియాలో, అనేక ఆస్ట్రేలియన్ భాషలు అంతరించిపోయాయి. ఇది ఆ సంస్కృతుల చరిత్ర మరియు సంస్కృతిని కోల్పోవడానికి దారితీసింది.

ఆఫ్రికాలో, అనేక ఆఫ్రికన్ భాషలు అంతరించిపోతున్నాయి. ఇది ఆ సంస్కృతుల చరిత్ర మరియు సంస్కృతిని కోల్పోవడానికి దారితీస్తుంది.

భాషా మృత్యువును నిరోధించడానికి:

కనుమరుగుతున్న భాషలను కాపాడుకోవడానికి, మనం కింది చర్యలు తీసుకోవచ్చు:

స్థానిక భాషలకు విద్యలో ప్రాధాన్యత ఇవ్వండి.

స్థానిక భాషల ఉపయోగాన్ని ప్రోత్సహించడానికి సాంస్కృతిక కార్యక్రమాలు మరియు సంస్థలను ప్రోత్సహించండి.

స్థానిక భాషలను గుర్తించడానికి మరియు రక్షించడానికి చట్టాలను రూపొందించండి.

ఈ చర్యలు కనుమరుగుతున్న భాషలను కాపాడుకోవడానికి మరియు ప్రపంచవ్యాప్తంగా సంస్కృతి మరియు చరిత్రను సంరక్షించడానికి సహాయపడతాయి.

Chapter 2: A Tapestry of Tongues: The Value of Linguistic Diversity

అధ్యాయం 2: భాషా వైవిధ్యం: మానవ వారసత్వపు పునాది

భాషా వైవిధ్యం మానవ వారసత్వపు పునాదిగా పరిచయం

భాష అనేది మానవ అనుభవంలో ఒక ముఖ్యమైన అంశం. ఇది మనం ఒకరితో ఒకరు కమ్యూనికేట్ చేయడానికి, మన ఆలోచనలు మరియు భావాలను వ్యక్తపరచడానికి మరియు మన సంస్కృతి మరియు చరిత్రను సంరక్షించడానికి ఉపయోగిస్తాము.

ప్రపంచవ్యాప్తంగా ఏడు వేలకు పైగా భాషలు ఉన్నాయి. ఈ భాషలు వైవిధ్యంగా ఉంటాయి, అవి వాటి శబ్దాలలో, వాక్య నిర్మాణంలో, పదజాలంలో మరియు ఉపయోగంలో ఉంటాయి.

భాషా వైవిధ్యం మానవ వారసత్వానికి ఒక ముఖ్యమైన భాగం. ఇది మన ప్రపంచాన్ని మరింత ఆసక్తికరంగా మరియు సమగ్రంగా చేస్తుంది.

భాషా వైవిధ్యం మానవ వారసత్వానికి పునాదిగా ఉన్న కొన్ని కారణాలు ఇక్కడ ఉన్నాయి:

భాషలు సంస్కృతులను ప్రతిబింబిస్తాయి. ప్రతి భాష దాని స్వంత చరిత్ర మరియు సంస్కృతిని కలిగి ఉంటుంది. భాషా వైవిధ్యం మనకు ప్రపంచవ్యాప్తంగా ఉన్న వివిధ సంస్కృతులను అర్థం చేసుకోవడంలో సహాయపడుతుంది.

భాషలు ఆలోచనలకు మరియు సృజనాత్మకతకు మార్గాలను అందిస్తాయి. ప్రతి భాష దాని స్వంత ప్రత్యేకమైన లక్షణాలను కలిగి ఉంటుంది. భాషా వైవిధ్యం మనకు ప్రపంచాన్ని కొత్త మార్గాల్లో చూడటానికి మరియు ఆలోచించడానికి సహాయపడుతుంది.

భాషలు మానవ సంబంధాలను బలోపేతం చేస్తాయి. భాష మనకు ఇతరులతో కమ్యూనికేట్ చేయడానికి మరియు సంబంధాలను ఏర్పరచుకోవడానికి అనుమతిస్తుంది. భాషా వైవిధ్యం మనకు వివిధ సంస్కృతులకు చెందిన వ్యక్తులతో కనెక్ట్ అవ్వడానికి మరియు వారితో సంబంధాలను పెంచుకోవడానికి సహాయపడుతుంది.

భాషా వైవిధ్యం మానవ వారసత్వం యొక్క ఒక ముఖ్యమైన భాగం. ఇది మన ప్రపంచాన్ని మరింత ఆసక్తికరంగా మరియు సమగ్రంగా చేస్తుంది. భాషా వైవిధ్యాన్ని కాపాడుకోవడం మరియు ప్రోత్సహించడం ముఖ్యం.

భాషా వైవిధ్యాన్ని కాపాడుకోవడానికి మరియు ప్రోత్సహించడానికి కొన్ని మార్గాలు ఇక్కడ ఉన్నాయి:

స్థానిక భాషలను విద్యలో ప్రోత్సహించండి.

స్థానిక భాషల ఉపయోగాన్ని ప్రోత్సహించడానికి సాంస్కృతిక కార్యక్రమాలు మరియు సంస్థలను ప్రోత్సహించండి.

- స్థానిక భాషలను గుర్తించడానికి మరియు రక్షించడానికి చట్టాలను రూపొందించండి.

ప్రతీ భాష సాంస్కృతిక ప్రతిబింబం, ప్రపంచ దృక్పథం

భాష అనేది మానవ అనుభవంలో ఒక ముఖ్యమైన అంశం. ఇది మనం ఒకరితో ఒకరు కమ్యూనికేట్ చేయడానికి, మన ఆలోచనలు మరియు భావాలను వ్యక్తపరచడానికి మరియు మన సంస్కృతి మరియు చరిత్రను సంరక్షించడానికి ఉపయోగిస్తాము.

ప్రపంచవ్యాప్తంగా ఏడు వేలకు పైగా భాషలు ఉన్నాయి. ఈ భాషలు వైవిధ్యంగా ఉంటాయి, అవి వాటి శబ్దాలలో, వాక్య నిర్మాణంలో, పదజాలంలో మరియు ఉపయోగంలో ఉంటాయి.

ప్రతి భాష దాని స్వంత ప్రత్యేకమైన లక్షణాలను కలిగి ఉంటుంది. ఈ లక్షణాలు భాష మాట్లాడే సంస్కృతిని ప్రతిబింబిస్తాయి. ఉదాహరణకు, అమెరికన్ ఇండియన్ భాషలు ప్రకృతితో మానవుల సంబంధాన్ని ప్రతిబింబిస్తాయి. ఆఫ్రికన్ భాషలు సమూహం మరియు సంఘం యొక్క ప్రాముఖ్యతను ప్రతిబింబిస్తాయి.

భాష ఒకరి ప్రపంచ దృక్పథాన్ని రూపొందించడంలో కూడా ఒక ముఖ్యమైన పాత్ర పోషిస్తుంది. భాష మాట్లాడే వ్యక్తి ప్రపంచాన్ని ఎలా చూస్తారు, దాని గురించి ఎలా ఆలోచిస్తారు అనే దానిపై భాష ప్రభావం చూపుతుంది. ఉదాహరణకు, ఆంగ్లం మాట్లాడే వ్యక్తి ప్రపంచాన్ని చాలా నిర్దిష్ట మరియు వస్తువుల దృక్కోణం నుండి చూస్తారు. హిందీ మాట్లాడే వ్యక్తి ప్రపంచాన్ని మరింత సామూహిక మరియు సంబంధాల దృక్కోణం నుండి చూస్తారు.

భాషా వైవిధ్యం మానవ వారసత్వానికి ఒక ముఖ్యమైన భాగం. ఇది మన ప్రపంచాన్ని మరింత ఆసక్తికరంగా మరియు సమగ్రంగా చేస్తుంది. ప్రతీ భాష ఒక ప్రత్యేకమైన దృక్కోణాన్ని అందిస్తుంది, ఇది మనకు ప్రపంచాన్ని మరింత బాగా అర్థం చేసుకోవడంలో సహాయపడుతుంది.

భాషా వైవిధ్యాన్ని కాపాడుకోవడం ముఖ్యం

ప్రపంచవ్యాప్తంగా అనేక భాషలు అంతరించిపోతున్నాయి. ఈ భాషలకు చెందిన సంస్కృతులు మరియు చరిత్రలు కూడా అంతరించిపోతున్నాయి.

భాషా వైవిధ్యాన్ని కాపాడుకోవడం ముఖ్యం. ఈ క్రింది చర్యల ద్వారా మనం భాషా వైవిధ్యాన్ని కాపాడుకోవడంలో సహాయపడవచ్చు:

- స్థానిక భాషలను విద్యలో ప్రోత్సహించండి.
- స్థానిక భాషల ఉపయోగాన్ని ప్రోత్సహించడానికి సాంస్కృతిక కార్యక్రమాలు మరియు సంస్థలను ప్రోత్సహించండి.

పర్యావరణ జ్ఞానం, శాస్త్రీయ అంతర్దృష్టి, సాహిత్య సంపదలు

పర్యావరణ జ్ఞానం, శాస్త్రీయ అంతర్దృష్టి మరియు సాహిత్య సంపదలు మానవ వారసత్వంలో ముఖ్యమైన భాగాలు. ఈ అంశాలు మనకు మన ప్రపంచం గురించి మరింత అర్థం చేసుకోవడానికి మరియు దానిని సంరక్షించడానికి సహాయపడతాయి.

పర్యావరణ జ్ఞానం

పర్యావరణ జ్ఞానం అనేది ప్రకృతి మరియు మానవుల మధ్య సంబంధం గురించి తెలుసుకోవడం. ఇది మన పర్యావరణాన్ని ఎలా పరిరక్షించాలో మనకు నేర్పుతుంది.

ప్రపంచంలోని అనేక భాషలు పర్యావరణ జ్ఞానాన్ని కలిగి ఉన్నాయి. ఉదాహరణకు, అమెరికన్ ఇండియన్ భాషలు ప్రకృతితో మానవుల సంబంధాన్ని ప్రతిబింబిస్తాయి. ఈ భాషలు ప్రకృతి యొక్క ముఖ్యత మరియు దానిని సంరక్షించడం యొక్క అవసరాన్ని నేర్పుతాయి.

శాస్త్రీయ అంతర్దృష్టి

శాస్త్రీయ అంతర్దృష్టి అనేది ప్రపంచం యొక్క పనితీరును అర్థం చేసుకోవడం. ఇది మనకు కొత్త సాంకేతికతలు మరియు పరిష్కారాలను అభివృద్ధి చేయడంలో సహాయపడుతుంది.

ప్రపంచంలోని అనేక భాషలు శాస్త్రీయ అంతర్దృష్టిని కలిగి ఉన్నాయి. ఉదాహరణకు, గ్రీకు భాష చాలా శాస్త్రీయ

పదాలకు మూలం. ఈ భాషలు మనకు ప్రపంచాన్ని మరింత బాగా అర్థం చేసుకోవడంలో సహాయపడతాయి.

సాహిత్య సంపదలు

సాహిత్య సంపదలు అనేవి కవిత్వం, కథలు, నవలలు మరియు ఇతర రచనలు. ఈ రచనలు మనకు మన సంస్కృతి మరియు చరిత్ర గురించి తెలుసుకోవడంలో సహాయపడతాయి.

ప్రపంచంలోని అనేక భాషలు సాహిత్య సంపదలను కలిగి ఉన్నాయి. ఉదాహరణకు, సంస్కృతం, హిందీ మరియు తెలుగు వంటి భాషలు సమృద్ధమైన సాహిత్య సంపదలను కలిగి ఉన్నాయి. ఈ రచనలు మనకు మన సంస్కృతి మరియు చరిత్ర గురించి తెలుసుకోవడంలో మరియు మన గుర్తింపును అర్థం చేసుకోవడంలో సహాయపడతాయి.

పర్యావరణ జ్ఞానం, శాస్త్రీయ అంతర్దృష్టి మరియు సాహిత్య సంపదలు మానవ వారసత్వంలో ముఖ్యమైన భాగాలు. ఈ అంశాలు మనకు మన ప్రపంచం గురించి మరింత అర్థం చేసుకోవడానికి మరియు దానిని సంరక్షించడానికి సహాయపడతాయి.

స్వభాష హక్కులు, విద్య, సాంస్కృతిక పునరుజ్జీవనంలో ఉదాహరణలు

స్వభాష హక్కులు అనేవి వ్యక్తులు మరియు సమూహాలు వారి స్వంత భాషను ఉపయోగించడానికి మరియు అభివృద్ధి చేయడానికి ఉండే హక్కులు. ఈ హక్కులు భాషా వైవిధ్యాన్ని కాపాడటానికి మరియు మానవ వారసత్వాన్ని సంరక్షించడానికి ముఖ్యమైనవి.

స్వభాష హక్కుల యొక్క ఉదాహరణలు

అమెరికాలో, స్పానిష్ భాష మాట్లాడే పిల్లలకు తమ భాషలో విద్య పొందే హక్కు ఉంది.

భారతదేశంలో, రాజ్యాంగం 22 భాషలను అధికారిక భాషలుగా గుర్తించింది.

అమెరికన్ ఇండియన్లు మరియు ఇతర అల్పసంఖ్యాక మైనారిటీలు తమ స్వంత భాషలను ఉపయోగించడానికి మరియు అభివృద్ధి చేయడానికి చట్టబద్ధమైన హక్కులను కలిగి ఉన్నారు.

స్వభాష హక్కులు మరియు విద్య

స్వభాష హక్కులు విద్యలో ముఖ్యమైనవి. వారు పిల్లలకు వారి స్వంత భాషలో విద్య పొందే అవకాశాన్ని అందిస్తారు. ఇది పిల్లలకు మంచి విద్య పొందడానికి మరియు వారి సంస్కృతి మరియు చరిత్ర గురించి తెలుసుకోవడానికి సహాయపడుతుంది.

స్వభాష హక్కులు మరియు సాంస్కృతిక పునరుజ్జీవనం

స్వభాష హక్కులు సాంస్కృతిక పునరుజ్జీవనానికి కూడా ముఖ్యమైనవి. వారు సాంస్కృతిక వైవిధ్యాన్ని కాపాడటానికి మరియు మానవ వారసత్వాన్ని సంరక్షించడానికి సహాయపడతారు.

స్వభాష హక్కులను రక్షించడానికి మరియు ప్రోత్సహించడానికి కొన్ని మార్గాలు

- స్వభాష హక్కులను రక్షించే చట్టాలను మరియు విధానాలను అమలు చేయండి.
- స్వభాష హక్కుల గురించి అవగాహన పెంపొందించండి.
- స్వభాష హక్కులను ప్రోత్సహించే సాంస్కృతిక కార్యక్రమాలు మరియు సంస్థలను మద్దతు ఇవ్వండి.

Chapter 3: Whispers from the Past: Documenting and Archiving Endangered Languages

అధ్యాయం 3: గతం గొంతులు: భాషా డాక్యుమెంటేషన్ మరియు ఆర్కైవింగ్

భాషా రక్షణలో డాక్యుమెంటేషన్ ప్రాముఖ్యత

భాషా రక్షణ అనేది భాషలను అంతరించిపోకుండా కాపాడటానికి చేసే ప్రయత్నం. ఈ ప్రయత్నంలో డాక్యుమెంటేషన్ ఒక ముఖ్యమైన పాత్ర పోషిస్తుంది.

డాక్యుమెంటేషన్ అనేది భాష యొక్క వివిధ అంశాలను రికార్డు చేయడం. ఇందులో భాష యొక్క వ్యాకరణం, పదజాలం, ఉచ్చారణ, వాక్య నిర్మాణం మరియు వాడకం వంటి అంశాలు ఉంటాయి.

భాషా రక్షణలో డాక్యుమెంటేషన్ యొక్క ప్రాముఖ్యత కరింది విధంగా ఉంది:

భాష యొక్క జీవితాన్ని కాపాడటానికి: డాక్యుమెంటేషన్ భాష యొక్క జీవితాన్ని కాపాడుతుంది. భాష యొక్క వివిధ అంశాలను రికార్డు చేయడం ద్వారా, భాష గురించి మనకు మరింత తెలుస్తుంది మరియు దానిని కాపాడటానికి మనం చర్యలు తీసుకోవడానికి సహాయపడుతుంది.

- భాష యొక్క అర్థాన్ని అర్థం చేసుకోవడానికి: డాక్యుమెంటేషన్ భాష యొక్క అర్థాన్ని అర్థం చేసుకోవడానికి సహాయపడుతుంది. భాష యొక్క వ్యాకరణం, పదజాలం మరియు వాడకాన్ని అర్థం చేసుకోవడం ద్వారా, మనం భాషను మరింత బాగా అర్థం చేసుకోవచ్చు మరియు దానిని ఉపయోగించడంలో మెరుగ్గా ఉండవచ్చు.

- భాషా సంబంధాలను అర్థం చేసుకోవడానికి: డాక్యుమెంటేషన్ భాషా సంబంధాలను అర్థం చేసుకోవడానికి సహాయపడుతుంది. భాషల మధ్య శబ్ద, పదజాల మరియు వాక్య నిర్మాణాలలోని సారూప్యతలు మరియు తేడాలను అర్థం చేసుకోవడం ద్వారా, మనం భాషల మధ్య సంబంధాలను మరింత బాగా అర్థం చేసుకోవచ్చు.

భాషా రక్షణలో డాక్యుమెంటేషన్ యొక్క ప్రాముఖ్యతను పెంచడానికి కింది చర్యలు తీసుకోవచ్చు:

- భాషా డాక్యుమెంటేషన్ కోసం విద్యార్థులను ప్రోత్సహించండి.

- భాషా డాక్యుమెంటేషన్ కోసం నిధులు మంజూరు చేయండి.

- భాషా డాక్యుమెంటేషన్ కోసం సాంకేతికతను అభివృద్ధి చేయండి.

భాషా డాక్యుమెంటేషన్ అనేది భాషా రక్షణలో ఒక ముఖ్యమైన అంశం. ఈ అంశాన్ని ప్రోత్సహించడం ద్వారా, మనం ప్రపంచవ్యాప్తంగా ఉన్న అనేక భాషలను అంతరించిపోకుండా కాపాడవచ్చు.

సంప్రదాయ, డిజిటల్ పద్ధతులు: ఫీల్డ్ రికార్డింగ్స్, ఇంటర్వ్యూలు, వ్యాకరణ విశ్లేషణ

భాషా డాక్యుమెంటేషన్ అనేది భాష యొక్క వివిధ అంశాలను రికార్డు చేయడం. ఇందులో భాష యొక్క వ్యాకరణం, పదజాలం, ఉచ్చారణ, వాక్య నిర్మాణం మరియు వాడకం వంటి అంశాలు ఉంటాయి.

భాషా డాక్యుమెంటేషన్ కోసం అనేక రకాల పద్ధతులు ఉన్నాయి. వీటిని సంప్రదాయ మరియు డిజిటల్ పద్ధతులుగా విభజించవచ్చు.

సంప్రదాయ పద్ధతులు

సంప్రదాయ పద్ధతులు అనేవి భాషా డాక్యుమెంటేషన్ కోసం ఉపయోగించబడిన మొదటి మరియు ఇప్పటికీ చాలా ప్రాచుర్యం పొందిన పద్ధతులు. ఈ పద్ధతులు భాషా నిపుణులు భాష మాట్లాడే వ్యక్తులతో నేరుగా సంభాషించడం మరియు వారి మాటలను రికార్డు చేయడంపై ఆధారపడి ఉంటాయి.

ఫీల్డ్ రికార్డింగ్స్

ఫీల్డ్ రికార్డింగ్స్ అనేవి భాషా నిపుణులు భాష మాట్లాడే వ్యక్తులతో సంభాషణలను రికార్డు చేయడం. ఈ సంభాషణలు సాధారణంగా రోజువారీ జీవితంలో సంభాషణలు, కథలు, పాటలు మరియు ఇతర రకాల సృజనాత్మక ప్రసంగాన్ని కలిగి ఉంటాయి.

ఇంటర్వ్యూలు

ఇంటర్వ్యూలు అనేవి భాషా నిపుణులు భాష మాట్లాడే వ్యక్తులతో నిర్వహించే ప్రశ్నోత్తరాలు. ఈ ఇంటర్వ్యూలు భాష యొక్క వ్యాకరణం, పదజాలం మరియు వాడకం గురించి సమాచారాన్ని సేకరించడానికి ఉపయోగించబడతాయి.

వ్యాకరణ విశ్లేషణ

వ్యాకరణ విశ్లేషణ అనేది భాష యొక్క వ్యాకరణ నియమాలను అధ్యయనం చేయడం. ఈ విశ్లేషణ భాష యొక్క నిర్మాణం మరియు మార్గాన్ని అర్థం చేసుకోవడానికి సహాయపడుతుంది.

డిజిటల్ పద్ధతులు

డిజిటల్ పద్ధతులు అనేవి ఆధునిక సాంకేతికతను ఉపయోగించి భాషా డాక్యుమెంటేషన్ చేయడానికి ఉపయోగించే పద్ధతులు. ఈ పద్ధతులు భాషా డాక్యుమెంటేషన్ ప్రక్రియను మరింత సమర్థవంతంగా మరియు సమగ్రంగా చేయడంలో సహాయపడతాయి.

లోకవ్యాప్తంగా భాషా ఆర్కైవింగ్ చర్యలు, నిల్వలు

భాషా ఆర్కైవింగ్ అనేది భాషలను రికార్డు చేయడానికి మరియు సంరక్షించడానికి చేసే ప్రయత్నం. ఈ ప్రయత్నం భాషా వైవిధ్యాన్ని కాపాడటానికి మరియు మానవ వారసత్వాన్ని సంరక్షించడానికి ముఖ్యమైనది.

లోకవ్యాప్తంగా అనేక సంస్థలు మరియు సంస్థలు భాషా ఆర్కైవింగ్‌లో నిమగ్నమై ఉన్నాయి. ఈ సంస్థలు వివిధ రకాల భాషా ఆర్కైవ్‌లను నిర్వహిస్తాయి. ఈ ఆర్కైవ్‌లు భాషల యొక్క వివిధ అంశాలను కలిగి ఉంటాయి, వీటిలో వ్యాకరణం, పదజాలం, ఉచ్చారణ, వాక్య నిర్మాణం, వాడకం మరియు సంస్కృతి వంటి అంశాలు ఉన్నాయి.

భాషా ఆర్కైవింగ్ చర్యలు

భాషా ఆర్కైవింగ్ కోసం అనేక రకాల చర్యలు తీసుకోవచ్చు. వీటిలో కొన్ని:

ఫీల్డ్ రికార్డింగ్స్: భాషా నిపుణులు భాష మాట్లాడే వ్యక్తులతో సంభాషణలను రికార్డు చేయడం.

ఇంటర్వ్యూలు: భాషా నిపుణులు భాష మాట్లాడే వ్యక్తులతో నిర్వహించే ప్రశ్నోత్తరాలు.

వ్యాకరణ విశ్లేషణ: భాష యొక్క వ్యాకరణ నియమాలను అధ్యయనం చేయడం.

పదజాల నిర్మాణం: భాషలోని పదాలను సేకరించడం మరియు వర్గీకరించడం.

* భాషా మాధ్యమాలను సేకరించడం: పుస్తకాలు, కథనాలు, పాటలు మరియు ఇతర రకాల భాషా మాధ్యమాలను సేకరించడం.

భాషా ఆర్కైవ్‌ల నిల్వలు

భాషా ఆర్కైవ్‌లలో నిల్వ చేయబడిన సమాచారం వివిధ రకాల మీడియాలో ఉండవచ్చు. వీటిలో టెక్స్ట్, ఆడియో, వీడియో, ఫోటోలు మరియు ఇతర రకాల డిజిటల్ ఫైల్‌లు ఉన్నాయి.

భాషా ఆర్కైవ్‌ల నిల్వలు వివిధ రకాల ప్రదేశాలలో ఉండవచ్చు. వీటిలో విశ్వవిద్యాలయాలు, పరిశోధనా సంస్థలు, ప్రభుత్వ సంస్థలు మరియు ప్రైవేట్ సంస్థలు ఉన్నాయి.

భాషా ఆర్కైవింగ్ యొక్క ప్రాముఖ్యత

భాషా ఆర్కైవింగ్ యొక్క ప్రాముఖ్యత క్రింది విధంగా ఉంది:

* భాషా వైవిధ్యాన్ని కాపాడటానికి: భాషా ఆర్కైవింగ్ ద్వారా, మనం ప్రపంచవ్యాప్తంగా ఉన్న అనేక భాషలను రికార్డు చేయగలుగుతాము. ఇది భాషా వైవిధ్యాన్ని కాపాడటంలో సహాయపడుతుంది.

డాక్యుమెంటేషన్‌లో నీతి నియమాలు, సమాజ పాత్ర

డాక్యుమెంటేషన్ అనేది ఏదైనా సమాచారాన్ని రికార్డు చేయడం. ఇది భాష, సంస్కృతి, చరిత్ర, లేదా ఏదైనా ఇతర అంశం గురించి సమాచారాన్ని కలిగి ఉండవచ్చు.

డాక్యుమెంటేషన్‌లో నీతి నియమాలు చాలా ముఖ్యమైనవి. ఈ నియమాలు డాక్యుమెంటేషన్ ప్రక్రియను న్యాయంగా మరియు న్యాయంగా చేయడంలో సహాయపడతాయి.

డాక్యుమెంటేషన్‌లో నీతి నియమాలలో కొన్ని:

సమాచారాన్ని సమగ్రంగా మరియు నిజాయితీగా రికార్డు చేయండి.

సమాచారాన్ని దాచవద్దు లేదా తప్పుగా అర్థం చేసుకోవద్దు.

సమాచారాన్ని స్వంత ప్రయోజనాల కోసం ఉపయోగించవద్దు.

సమాచారాన్ని భద్రంగా ఉంచండి.

డాక్యుమెంటేషన్ సమాజంలో ముఖ్యమైన పాత్ర పోషిస్తుంది. ఇది మన చుట్టూ ఉన్న ప్రపంచాన్ని అర్థం చేసుకోవడానికి మనకు సహాయపడుతుంది.

డాక్యుమెంటేషన్ సమాజంలో పాత్రను క్రింది విధంగా వివరించవచ్చు:

భాషా వైవిధ్యాన్ని కాపాడటానికి: డాక్యుమెంటేషన్ ద్వారా, మనం ప్రపంచవ్యాప్తంగా ఉన్న అనేక భాషలను రికార్డు చేయగలుగుతాము. ఇది భాషా వైవిధ్యాన్ని కాపాడటంలో సహాయపడుతుంది.

- మానవ వారసత్వాన్ని సంరక్షించడానికి: డాక్యుమెంటేషన్ ద్వారా, మనం మన చరిత్ర, సంస్కృతి మరియు సంప్రదాయాల గురించి సమాచారాన్ని రికార్డు చేయగలుగుతాము. ఇది మానవ వారసత్వాన్ని సంరక్షించడంలో సహాయపడుతుంది.

- సమాజాన్ని మెరుగుపరచడానికి: డాక్యుమెంటేషన్ ద్వారా, మనం సమస్యలను అర్థం చేసుకోవడానికి మరియు పరిష్కరించడానికి సహాయపడే సమాచారాన్ని సేకరించగలుగుతాము. ఇది సమాజాన్ని మెరుగుపరచడంలో సహాయపడుతుంది.

డాక్యుమెంటేషన్ ఒక శక్తివంతమైన సాధనం. ఇది మన చుట్టూ ఉన్న ప్రపంచాన్ని మరింత బాగా అర్థం చేసుకోవడానికి మరియు మెరుగైన సమాజాన్ని నిర్మించడానికి సహాయపడుతుంది.

డాక్యుమెంటేషన్‌లో నీతి నియమాలను పాటించడం ద్వారా, మనం ఈ సాధనాన్ని మరింత సమాజానికి ప్రయోజనకరంగా ఉపయోగించగలం.

Chapter 4: Reviving the Flame: Language Revitalization in Action

అధ్యాయం 4: పునరుజ్జీవన ప్రయత్నాలు: భాషా పునరుద్ధారణ చర్యలు

భాషా పునరుద్ధారణ, లక్ష్యాలు పరిచయం

భాషా పునరుద్ధారణ అనేది అంతరించిపోతున్న భాషలను కాపాడటానికి చేసే ప్రయత్నం. ఈ ప్రయత్నం భాషా వైవిధ్యాన్ని కాపాడటానికి మరియు మానవ వారసత్వాన్ని సంరక్షించడానికి ముఖ్యమైనది.

ప్రపంచవ్యాప్తంగా, అనేక భాషలు అంతరించిపోతున్నాయి. యునైటెడ్ నేషన్స్ ఎకనామిక్ అండ్ సోషల్ కమిషన్ ఫర్ ఆసియా అండ్ ది పసిఫిక్ (ESCAP) ప్రకారం, ప్రపంచంలోని ఏడువంతుల భాషలు అంతరించిపోయే ప్రమాదం ఉంది.

భాషలు అంతరించిపోవడానికి అనేక కారణాలు ఉన్నాయి. వాటిలో కొన్ని:

అధిక జనాభా: జనాభా పెరుగుదల కారణంగా, అనేక భాషలు మాట్లాడేవారు తక్కువమవుతున్నారు.

సాంస్కృతిక అసమతుల్యత: కొన్ని భాషలు ప్రభుత్వం లేదా మీడియా వంటి అధికారిక సంస్థలచే ప్రోత్సహించబడవు.

- శిక్షణ లేకపోవడం: అంతరించిపోతున్న భాషలను నేర్చుకోవడానికి లేదా ఉపయోగించడానికి శిక్షణ లేకపోవడం కారణంగా, ఈ భాషలను మాట్లాడేవారు తక్కువమవుతున్నారు.

భాషా పునరుద్ధారణ అనేది ఈ కారణాలను ఎదుర్కోవడానికి మరియు అంతరించిపోతున్న భాషలను కాపాడటానికి చేసే ప్రయత్నం. భాషా పునరుద్ధారణ యొక్క లక్ష్యాలు క్రింది విధంగా ఉన్నాయి:

- భాషను మాట్లాడేవారు సంఖ్యను పెంచడం.

- భాషను పాఠశాలలు మరియు ఇతర సామాజిక సంస్థలలో ప్రోత్సహించడం.

- భాషా సాహిత్యాన్ని సేకరించడం మరియు సంరక్షించడం.

భాషా పునరుద్ధారణ అనేది ఒక సవాలుగా ఉన్న ప్రక్రియ. అయితే, ఈ ప్రక్రియ ద్వారా, మనం ప్రపంచవ్యాప్తంగా ఉన్న అనేక భాషలను కాపాడవచ్చు మరియు మానవ వారసత్వాన్ని సంరక్షించవచ్చు.

భాషా పునరుద్ధారణలో పాల్గొనడానికి అనేక మార్గాలు ఉన్నాయి. వీటిలో కొన్ని:

- అంతరించిపోతున్న భాషలను నేర్చుకోండి.

- అంతరించిపోతున్న భాషలను మాట్లాడే ప్రజలతో కమ్యూనికేట్ చేయండి.

- అంతరించిపోతున్న భాషల సాహిత్యాన్ని సేకరించండి లేదా రాయండి.

భాషా పునరుద్ధారణ అనేది ఒక ముఖ్యమైన పని. ఈ పనిలో మనందరం పాల్గొనడం ద్వారా, మనం ప్రపంచవ్యాప్తంగా ఉన్న అనేక భాషలను కాపాడవచ్చు మరియు మానవ వారసత్వాన్ని సంరక్షించవచ్చు.

విజయవంతమైన కేసు అధ్యయనాలు

భాషా పునరుద్ధారణ అనేది ఒక సవాలుగా ఉన్న ప్రక్రియ. అయితే, ప్రపంచవ్యాప్తంగా అనేక విజయవంతమైన కేసు అధ్యయనాలు ఉన్నాయి. ఈ కేసు అధ్యయనాలు భాషా పునరుద్ధారణలో విజయం సాధించడానికి వివిధ పద్ధతులను ఉపయోగిస్తాయి.

కొన్ని విజయవంతమైన కేసు అధ్యయనాలు:

- అమెరికన్ ఇండియన్ భాషలు: అమెరికన్ ఇండియన్ భాషలు అంతరించిపోయే ప్రమాదం ఎక్కువగా ఉంది. అయితే, అనేక అమెరికన్ ఇండియన్ తెగలు తమ భాషలను పునరుద్ధరించడానికి విజయవంతమయ్యాయి. ఈ విజయాలకు కారణం భాషా పాఠశాలలు, భాషా కేంద్రాలు మరియు ఇతర ప్రోగ్రామ్‌లను ఏర్పాటు చేయడం.

- హవాయి భాష: హవాయి భాష ఒకప్పుడు అంతరించిపోయే ప్రమాదంలో ఉంది. అయితే, హవాయి ప్రభుత్వం హవాయి భాషను ప్రోత్సహించడానికి అనేక చర్యలు తీసుకుంది. ఈ చర్యలలో హవాయి భాషను పాఠశాలల్లో ఒక అధికారిక భాషగా చేయడం మరియు హవాయి భాషా కార్యక్రమాలను ఏర్పాటు చేయడం ఉన్నాయి. ఈ చర్యల ఫలితంగా, హవాయి భాషను మాట్లాడేవారి సంఖ్య గణనీయంగా పెరిగింది.

- ఐస్లాండ్ భాష: ఐస్లాండ్ భాష ఒక చిన్న ద్వీపంలోని ఒక చిన్న జనాభా మాట్లాడే భాష. అయితే, ఐస్లాండ్ ప్రభుత్వం ఐస్లాండ్ భాషను కాపాడటానికి అనేక చర్యలు తీసుకుంది. ఈ చర్యలలో ఐస్లాండ్ భాషను పాఠశాలల్లో ఒక అధికారిక భాషగా చేయడం, ఐస్లాండ్ భాషా సాహిత్యాన్ని ప్రోత్సహించడం మరియు

ఐస్లాండ్ భాషా కార్యక్రమాలను ఏర్పాటు చేయడం ఉన్నాయి. ఈ చర్యల ఫలితంగా, ఐస్లాండ్ భాష స్థిరంగా ఉంది.

ఈ కేసు అధ్యయనాలు భాషా పునరుద్ధారణ సాధ్యమని చూపిస్తాయి. అయితే, ఈ ప్రక్రియ సమయం మరియు కృషి అవసరం.

భాషా పునరుద్ధారణలో విజయం సాధించడానికి కొన్ని చిట్కాలు:

భాషా సమాజాన్ని సహభాగ్యం చేయండి: భాషను మాట్లాడే ప్రజలను ప్రక్రియలో సహభాగ్యం చేయడం ముఖ్యం. ఈ ప్రజలు భాష గురించి మరియు దానిని కాపాడటానికి ఏమి చేయాలో వారికి ఉత్తమమైన అవగాహన కలిగి ఉంటారు.

పరిచయ పాఠశాలలు, సామాజిక చర్యలు

భాష పునరుద్ధారణ అనేది అంతరించిపోతున్న భాషలను కాపాడటానికి చేసే ప్రయత్నం. ఈ ప్రయత్నంలో పాఠశాలలు మరియు సామాజిక చర్యలు ముఖ్యమైన పాత్ర పోషిస్తాయి.

పాఠశాలలు

పాఠశాలలు భాష పునరుద్ధారణలో ఒక ముఖ్యమైన పాత్ర పోషిస్తాయి. పాఠశాలలు భాషను రాబోటి తరాలకు బోధించడానికి మరియు ప్రోత్సహించడానికి అవకాశాలను అందిస్తాయి.

భాష పునరుద్ధారణకు పాఠశాలలు ఉపయోగించగల కొన్ని పద్ధతులు:

- భాషను పాఠశాలలలో అధికారిక భాషగా చేయండి. ఇది భాషను ప్రోత్సహించడానికి మరియు విద్యార్థులకు భాషను నేర్చుకోవడానికి మరింత అవకాశాలను అందిస్తుంది.

- భాష పాఠాలు మరియు కార్యక్రమాలను అందించండి. ఈ పాఠాలు మరియు కార్యక్రమాలు విద్యార్థులకు భాషను నేర్చుకోవడానికి మరియు వారి నైపుణ్యాలను మెరుగుపరచడానికి సహాయపడతాయి.

- భాష భాషావాళులను నియమించండి. భాష భాషావాళ్ళు భాషను నేర్పడానికి మరియు ప్రోత్సహించడానికి విద్యార్థులతో పని చేయగలరు.

సామాజిక చర్యలు

సామాజిక చర్యలు కూడా భాషా పునరుద్ధారణలో ముఖ్యమైన పాత్ర పోషిస్తాయి. సామాజిక చర్యలు భాషను ప్రజల జీవితంలో భాగం చేయడానికి సహాయపడతాయి.

భాషా పునరుద్ధారణకు సామాజిక చర్యలు ఉపయోగించగల కొన్ని పద్ధతులు:

భాషా కార్యక్రమాలు మరియు ఉత్సవాలను నిర్వహించండి. ఈ కార్యక్రమాలు మరియు ఉత్సవాలు భాషను ప్రోత్సహించడానికి మరియు ప్రజలకు భాషను నేర్చుకోవడానికి మరియు ఆస్వాదించడానికి అవకాశాలను అందిస్తాయి.

భాషా సాహిత్యాన్ని సృష్టించండి మరియు ప్రోత్సహించండి. ఈ సాహిత్యం భాషను జీవంతో నింపడానికి మరియు ప్రజలకు భాషను ఆస్వాదించడానికి మార్గాలను అందిస్తుంది.

భాషా సంస్కృతిని ప్రోత్సహించండి. ఈ సంస్కృతి భాషను ప్రజల జీవితంలో భాగం చేయడానికి సహాయపడుతుంది.

భాషా పునరుద్ధారణ: సవాళ్లు మరియు అవకాశాలు

భాషా పునరుద్ధారణ అనేది అంతరించిపోతున్న భాషలను కాపాడటానికి చేసే ప్రయత్నం. ఈ ప్రయత్నం ముఖ్యమైనది, ఎందుకంటే అంతరించిపోతున్న భాషలు మాత్రమే భాషా వైవిధ్యాన్ని కాపాడటానికి సహాయపడతాయి, కానీ అవి మానవ వారసత్వాన్ని కూడా ప్రతిబింబిస్తాయి.

భాషా పునరుద్ధారణలో అనేక సవాళ్లు ఉన్నాయి. వాటిలో కొన్ని:

- జనాభా పెరుగుదల: జనాభా పెరుగుదల కారణంగా, అనేక భాషలు మాట్లాడేవారు తక్కువమవుతున్నారు.

- సాంస్కృతిక అసమతుల్యత: కొన్ని భాషలు ప్రభుత్వం లేదా మీడియా వంటి అధికారిక సంస్థలచే ప్రోత్సహించబడవు.

- శిక్షణ లేకపోవడం: అంతరించిపోతున్న భాషలను నేర్చుకోవడానికి లేదా ఉపయోగించడానికి శిక్షణ లేకపోవడం కారణంగా, ఈ భాషలను మాట్లాడేవారు తక్కువమవుతున్నారు.

ఈ సవాళ్లు ఉన్నప్పటికీ, భాషా పునరుద్ధారణలో కూడా అనేక అవకాశాలు ఉన్నాయి. వాటిలో కొన్ని:

- సాంకేతికత: సాంకేతికత భాషా పునరుద్ధారణ ప్రక్రియను మరింత సమర్థవంతంగా మరియు సురక్షితంగా చేయడానికి సహాయపడుతుంది.

- సమాజంలో అవగాహన: భాషా పునరుద్ధారణ యొక్క ప్రాముఖ్యత గురించి సమాజంలో అవగాహన పెరుగుతోంది.

- ప్రభుత్వ మద్దతు: ప్రభుత్వాలు కొన్నిసార్లు భాషా పునరుద్ధారణకు మద్దతు ఇస్తున్నాయి.

భాషా పునరుద్ధారణలో విజయం సాధించడానికి, ఈ సవాళ్ళను ఎదుర్కోవడానికి మరియు అవకాశాలను సద్వినియోగం చేసుకోవడానికి చర్యలు తీసుకోవాలి. ఈ చర్యలలో కొన్ని:

భాషా పునరుద్ధారణకు ప్రభుత్వ మరియు సమాజ మద్దతును పెంచండి.

భాషా పునరుద్ధారణ కోసం సాంకేతికతను ఉపయోగించండి.

భాషా పునరుద్ధారణ గురించి అవగాహనను పెంచండి.

భాషా పునరుద్ధారణ అనేది ఒక సవాలుగా ఉన్న ప్రక్రియ, కానీ ఇది ఒక ముఖ్యమైన ప్రయత్నం. ఈ ప్రయత్నంలో మనందరం పాల్గొనడం ద్వారా, మనం అంతరించిపోతున్న భాషలను కాపాడటానికి మరియు మానవ వారసత్వాన్ని సంరక్షించడానికి సహాయపడవచ్చు.

Chapter 5: Voices Amplified: Technology and the Future of Endangered Languages

అధ్యాయం 5: సాంకేతికత: భవిష్యత్తు పాత్ర

భాషా రక్షణ, పునరుద్ధారణలో సాంకేతికత ప్రభావం

భాషా రక్షణ మరియు పునరుద్ధారణ అనేవి ముఖ్యమైన విషయాలు. ప్రపంచంలోని అనేక భాషలు అంతరించిపోతున్నాయి. ఈ భాషలు మాత్రమే భాషా వైవిధ్యాన్ని కాపాడటానికి సహాయపడవు, కానీ అవి మానవ వారసత్వాన్ని కూడా ప్రతిబింబిస్తాయి.

సాంకేతికత భాషా రక్షణ మరియు పునరుద్ధారణలో ఒక ముఖ్యమైన పాత్ర పోషిస్తుంది. సాంకేతికత ఈ ప్రక్రియను మరింత సమర్థవంతంగా మరియు సురక్షితంగా చేయడానికి సహాయపడుతుంది.

భాషా రక్షణలో సాంకేతికత యొక్క ప్రభావం

సాంకేతికత భాషా రక్షణలో అనేక విధాలుగా ప్రభావాన్ని చూపుతుంది. కొన్ని ఉదాహరణలు:

- భాషా సాహిత్యాన్ని డిజిటల్‌గా చేయడం: భాషా సాహిత్యాన్ని డిజిటల్‌గా చేయడం ద్వారా, దానిని మరింత సులభంగా అందుబాటులోకి తీసుకురావచ్చు మరియు సంరక్షించవచ్చు.

భాషా డేటాను సేకరించడం మరియు విశ్లేషించడం: భాషా డేటాను సేకరించడం మరియు విశ్లేషించడం ద్వారా, భాషా పరిణామాలను అర్థం చేసుకోవచ్చు మరియు భాషలను కాపాడటానికి చర్యలు తీసుకోవచ్చు.

భాషా శిక్షణను సమర్థవంతం చేయడం: సాంకేతికతను ఉపయోగించి, భాషా శిక్షణను మరింత సమర్థవంతం చేయవచ్చు. ఇది భాషను నేర్చుకోవడానికి మరియు ఉపయోగించడానికి ప్రజలకు సహాయపడుతుంది.

భాషా పునరుద్ధారణలో సాంకేతికత యొక్క ప్రభావం

సాంకేతికత భాషా పునరుద్ధారణలో కూడా అనేక విధాలుగా ప్రభావాన్ని చూపుతుంది. కొన్ని ఉదాహరణలు:

భాషా కమ్యూనికేషన్ను ప్రోత్సహించడం: సాంకేతికతను ఉపయోగించి, భాషా కమ్యూనికేషన్ను ప్రోత్సహించవచ్చు. ఇది భాషను ఉపయోగించే ప్రజల సంఖ్యను పెంచడంలో సహాయపడుతుంది.

భాషా సంస్కృతిని ప్రోత్సహించడం: సాంకేతికతను ఉపయోగించి, భాషా సంస్కృతిని ప్రోత్సహించవచ్చు. ఇది భాషను ఒక జీవించే సంస్కృతిగా ఉంచడంలో సహాయపడుతుంది.

డిజిటల్ సాధనాలు: డాక్యుమెంటేషన్, ఆర్కైవింగ్, బోధన

డిజిటల్ సాధనాలు డాక్యుమెంటేషన్, ఆర్కైవింగ్ మరియు బోధన వంటి అనేక రంగాలలో ఒక ముఖ్యమైన పాత్ర పోషిస్తున్నాయి. ఈ సాధనాలు ఈ ప్రక్రియలను మరింత సమర్థవంతంగా మరియు సురక్షితంగా చేయడానికి సహాయపడతాయి.

డాక్యుమెంటేషన్‌లో డిజిటల్ సాధనాలు

డాక్యుమెంటేషన్ అనేది సమాచారాన్ని సేకరించడం, నిర్వహించడం మరియు అందుబాటులో ఉంచడం. డిజిటల్ సాధనాలు డాక్యుమెంటేషన్ ప్రక్రియను మరింత సమర్థవంతంగా చేయడంలో అనేక విధాలుగా సహాయపడతాయి. ఉదాహరణకు, డిజిటల్ సాధనాలు:

- సమాచారాన్ని సేకరించడాన్ని సులభతరం చేస్తాయి. డిజిటల్ కెమెరాలు, రికార్డర్లు మరియు ఇతర సాధనాలను ఉపయోగించి, మనం సమాచారాన్ని సులభంగా మరియు ఖచ్చితంగా సేకరించవచ్చు.

- సమాచారాన్ని నిర్వహించడాన్ని సులభతరం చేస్తాయి. డిజిటల్ ఫైల్ సిస్టమ్‌లు మరియు డేటాబేస్‌లను ఉపయోగించి, మనం సమాచారాన్ని సులభంగా నిర్వహించవచ్చు మరియు శోధించవచ్చు.

- సమాచారాన్ని అందుబాటులో ఉంచడాన్ని సులభతరం చేస్తాయి. డిజిటల్ డేటాను వెబ్‌లో లేదా ఇతర డిజిటల్ ప్లాట్‌ఫారమ్‌లలో షేర్ చేయడం ద్వారా, మనం సమాచారాన్ని

ప్రపంచవ్యాప్తంగా ఉన్న ప్రజలకు అందుబాటులో ఉంచవచ్చు.

ఆర్కైవింగ్‌లో డిజిటల్ సాధనాలు

ఆర్కైవింగ్ అనేది ముఖ్యమైన సమాచారాన్ని సంరక్షించడం. డిజిటల్ సాధనాలు ఆర్కైవింగ్ ప్రక్రియను మరింత సమర్థవంతంగా మరియు సురక్షితంగా చేయడంలో అనేక విధాలుగా సహాయపడతాయి. ఉదాహరణకు, డిజిటల్ సాధనాలు:

సమాచారాన్ని సంరక్షించడాన్ని సులభతరం చేస్తాయి. డిజిటల్ ఫార్మాట్‌లో సమాచారాన్ని సంరక్షించడం ద్వారా, దానిని భౌతికంగా నాశనం కాకుండా రక్షించవచ్చు.

సమాచారాన్ని యాక్సెస్ చేయడాన్ని సులభతరం చేస్తాయి. డిజిటల్ ఆర్కైవ్‌లు వెబ్‌లో లేదా ఇతర డిజిటల్ ప్లాట్‌ఫారమ్‌లలో అందుబాటులో ఉంటాయి, ఇది వినియోగదారులు సమాచారాన్ని సులభంగా యాక్సెస్ చేయడానికి అనుమతిస్తుంది.

ఆన్లైన్ భాషా నేర్పు ప్లాట్ఫారమ్లు, మొబైల్ యాప్లు, వర్చువల్ కమ్యూనిటీలు

ఆన్లైన్ భాషా నేర్పు ప్లాట్ఫారమ్లు, మొబైల్ యాప్లు మరియు వర్చువల్ కమ్యూనిటీలు భాష నేర్చుకోవడానికి మరింత సులభమైన మరియు అందుబాటులో ఉన్న మార్గాలను అందిస్తున్నాయి. ఈ సాధనాలు ప్రజలు తమ స్వంత వేగంతో మరియు సౌకర్యవంతమైన సమయంలో భాష నేర్చుకోవడానికి అనుమతిస్తాయి.

ఆన్లైన్ భాషా నేర్పు ప్లాట్ఫారమ్లు

ఆన్లైన్ భాషా నేర్పు ప్లాట్ఫారమ్లు భాష నేర్చుకోవడానికి అత్యంత ప్రజాదరణ పొందిన మార్గాలలో ఒకటి. ఈ ప్లాట్ ఫారమ్లు వివిధ రకాల భాషలను బోధిస్తాయి మరియు వివిధ స్థాయిల నైపుణ్యాల కోసం ప్రోగ్రామ్లను అందిస్తాయి.

ఆన్లైన్ భాషా నేర్పు ప్లాట్ఫారమ్లలో కొన్ని ప్రయోజనాలు:

- సౌకర్యవంతం: ఈ ప్లాట్ఫారమ్లు ఇంటర్నెట్కు కనెక్షన్ ఉన్న ఎక్కడి నుండైనా యాక్సెస్ చేయవచ్చు.

- సామర్థ్యం: ఈ ప్లాట్ఫారమ్లు వివిధ రకాల నైపుణ్యాల కోసం ప్రోగ్రామ్లను అందిస్తాయి, కాబట్టి మీరు మీ స్వంత వేగంతో మరియు సౌకర్యవంతమైన సమయంలో భాష నేర్చుకోవచ్చు.

- సామాజికత: ఈ ప్లాట్ఫారమ్లు కొన్నిసార్లు ఇతర విద్యార్థులతో కనెక్ట్ అయ్యే మార్గాలను అందిస్తాయి, ఇది మీరు భాష నేర్చుకునేటప్పుడు ప్రోత్సహించబడటానికి మరియు మద్దతు పొందడానికి సహాయపడుతుంది.

మొబైల్ యాప్‌లు

మొబైల్ యాప్‌లు భాష నేర్చుకోవడానికి మరొక సౌకర్యవంతమైన మార్గం. ఈ యాప్‌లు మీ ఫోన్ లేదా టాబ్లెట్ లో డౌన్‌లోడ్ చేసుకోవచ్చు మరియు ప్రయాణంలో లేదా మీరు ఉన్నప్పుడు భాష నేర్చుకోవడానికి ఉపయోగించవచ్చు.

మొబైల్ భాషా నేర్పు యాప్‌లలో కొన్ని ప్రయోజనాలు:

సౌకర్యవంతం: ఈ యాప్‌లు మీరు ఉన్నప్పుడు మరియు మీరు ఏమి చేస్తున్నప్పుడైనా భాష నేర్చుకోవడానికి అనుమతిస్తాయి.

నీతిపరమైన ప్రభావాలు, సంభావ్య లోపాలు

భాషా నేర్పు ప్లాట్‌ఫారమ్‌లు, మొబైల్ యాప్‌లు మరియు వర్చువల్ కమ్యూనిటీలు భాష నేర్చుకోవడానికి మరింత సులభమైన మరియు అందుబాటులో ఉన్న మార్గాలను అందిస్తున్నప్పటికీ, అవి కొన్ని నైతిక ప్రభావాలు మరియు సంభావ్య లోపాలను కూడా కలిగి ఉన్నాయి.

నీతిపరమైన ప్రభావాలు

భాషా నేర్పు ప్లాట్‌ఫారమ్‌లు, మొబైల్ యాప్‌లు మరియు వర్చువల్ కమ్యూనిటీల నీతిపరమైన ప్రభావాలలో కొన్ని:

- డేటా సేకరణ మరియు ఉపయోగం: ఈ సాధనాలు వినియోగదారుల డేటాను సేకరిస్తాయి, ఇది ప్రైవసీ చింతను పెంచుతుంది. ఈ డేటాను ఎలా ఉపయోగించబడుతుందో వినియోగదారులు అర్థం చేసుకోవడం ముఖ్యం.

- సామాజిక సమానత్వం: ఈ సాధనాలు సామాజిక సమానత్వాన్ని ప్రభావితం చేయగలవు. ఉదాహరణకు, ఈ సాధనాలు అధునాతన సాంకేతికతకు యాక్సెస్ ఉన్నవారికి ప్రయోజనం చేకూరుస్తాయి.

- భాషా వైవిధ్యం: ఈ సాధనాలు భాషా వైవిధ్యాన్ని ప్రభావితం చేయగలవు. ఉదాహరణకు, ఈ సాధనాలు అధికంగా ప్రాచుర్యం పొందిన భాషలను ప్రోత్సహిస్తాయి.

సంభావ్య లోపాలు

భాషా నేర్పు ప్లాట్‌ఫారమ్‌లు, మొబైల్ యాప్‌లు మరియు వర్చువల్ కమ్యూనిటీల సంభావ్య లోపాలలో కొన్ని:

పరిమిత సామర్థ్యం: ఈ సాధనాలు భాష నేర్చుకోవడానికి సహాయపడతాయి, కానీ అవి ఒక మానవ భాషా శిక్షకుడితో పోలిస్తే పరిమిత సామర్ధ్యాన్ని కలిగి ఉంటాయి.

అసమర్థత: ఈ సాధనాలు సరైన లేదా సమగ్రమైన సమాచారాన్ని అందించకపోవచ్చు.

విమర్శకుడు: ఈ సాధనాలు విమర్శకుడిని అందించకపోవచ్చు, ఇది వినియోగదారులు తమ భాషా నైపుణ్యాలను మెరుగుపరచడంలో సహాయపడుతుంది.

Chapter 6: Beyond Words: Storytelling and the Power of Narrative

అధ్యాయం 6: కథల శక్తి: సంస్కృతి, గుర్తింపు పరిరక్షణ

సాంస్కృతిక జ్ఞానం, గుర్తింపు బదిలీలో కథల పాత్ర

కథలు అనేవి మానవ సమాజంలో ఒక ముఖ్యమైన భాగం. అవి వినోదాన్ని, విద్యను మరియు ప్రేరణను అందిస్తాయి. అంతేకాకుండా, కథలు సాంస్కృతిక జ్ఞానం మరియు గుర్తింపును బదిలీ చేయడంలో కూడా ముఖ్యమైన పాత్ర పోషిస్తాయి.

సాంస్కృతిక జ్ఞానం బదిలీలో కథల పాత్ర

కథలు ఒక సంస్కృతి యొక్క చరిత్ర, విలువలు మరియు నమ్మకాలను ప్రతిబింబిస్తాయి. అవి ఒక సంస్కృతి యొక్క సాంస్కృతిక జ్ఞానాన్ని తరాలకు బదిలీ చేయడంలో సహాయపడతాయి.

ఉదాహరణకు, ఒక సంస్కృతి యొక్క పురాణాలు మరియు దృష్టాంతాలు దాని చరిత్ర మరియు విలువలను వివరించడానికి ఉపయోగించబడతాయి. ఈ కథలు ఒక సంస్కృతి యొక్క గుర్తింపును ఏర్పరచడంలో మరియు దాని సభ్యులకు సామాజిక నమూనాలను నేర్పడంలో సహాయపడతాయి.

గుర్తింపు బదిలీలో కథల పాత్ర

కథలు వ్యక్తులకు తమ గుర్తింపును అర్థం చేసుకోవడంలో సహాయపడతాయి. అవి వ్యక్తులకు తమ స్వంత సంస్కృతి మరియు చరిత్రతో సంబంధాన్ని ఏర్పరచుకోవడంలో సహాయపడతాయి.

ఉదాహరణకు, ఒక వ్యక్తి తన సంస్కృతి యొక్క కథలను విన్నప్పుడు, అతను తన స్వంత గుర్తింపును మరింత బలంగా అనుభూతి చెందవచ్చు. అతను తన సంస్కృతి యొక్క భాగమని మరియు దాని వారసత్వానికి కృతజ్ఞుడని భావించవచ్చు.

కథల యొక్క సాంస్కృతిక ప్రాముఖ్యత

కథలు సాంస్కృతిక జ్ఞానం మరియు గుర్తింపును బదిలీ చేయడంలో ముఖ్యమైన పాత్ర పోషిస్తాయి. అవి ఒక సంస్కృతి యొక్క చరిత్ర, విలువలు మరియు నమ్మకాలను ప్రతిబింబిస్తాయి మరియు వ్యక్తులకు తమ గుర్తింపును అర్థం చేసుకోవడంలో సహాయపడతాయి.

కథలు సాంస్కృతిక సంప్రదాయాలను కాపాడడంలో మరియు ఒక సంస్కృతి యొక్క సభ్యుల మధ్య సంబంధాలను బలోపేతం చేయడంలో సహాయపడతాయి. అవి మన జీవితాలను ధన్యత మరియు అర్థంతో నింపడంలో కూడా సహాయపడతాయి.

పునరుద్ధారణలో సంప్రదాయ, ఆధునిక కథనాలు

పునరుద్ధారణ అనేది ఒక భాషను మళ్ళీ మాట్లాడేలా మరియు వ్రాయేలా చేయడానికి చేసే ప్రయత్నం. ఈ ప్రయత్నంలో సంప్రదాయ మరియు ఆధునిక కథనాలు రెండూ ముఖ్యమైన పాత్ర పోషిస్తాయి.

సంప్రదాయ కథనాలు

సంప్రదాయ కథనాలు ఒక భాష యొక్క చరిత్ర, విలువలు మరియు సంస్కృతిని ప్రతిబింబిస్తాయి. అవి ఒక భాష యొక్క సాంస్కృతిక జ్ఞానాన్ని కాపాడడంలో మరియు పునరుద్ధారణ ప్రక్రియకు స్ఫూర్తినిచ్చడంలో సహాయపడతాయి.

ఉదాహరణకు, ఒక భాష యొక్క పురాణాలు మరియు దృష్టాంతాలు దాని చరిత్ర మరియు విలువలను వివరించడానికి ఉపయోగించబడతాయి. ఈ కథలు ఒక భాష యొక్క గుర్తింపును ఏర్పరచడంలో మరియు దాని సభ్యులకు సామాజిక నమూనాలను నేర్పడంలో సహాయపడతాయి.

ఆధునిక కథనాలు

ఆధునిక కథనాలు ఒక భాషను 21వ శతాబ్దంలో జీవించడానికి సహాయపడతాయి. అవి ఒక భాషను ఆధునిక ప్రపంచానికి అనుగుణంగా మార్చడానికి మరియు దానిని కొత్త తరాలకు అందుబాటులో ఉంచడానికి సహాయపడతాయి.

ఉదాహరణకు, ఒక భాషకు నూతన పదాలు మరియు పదబంధాలు రూపొందించబడతాయి. అవి ఒక భాషను సైన్స్,

సెక్నాలజీ మరియు ఇతర ఆధునిక అంశాలను వర్ణించడానికి సహాయపడతాయి.

సంప్రదాయ మరియు ఆధునిక కథనాల మధ్య సమతుల్యత

పునరుద్ధారణలో సంప్రదాయ మరియు ఆధునిక కథనాల మధ్య సమతుల్యతను పాటించడం ముఖ్యం. ఒకవైపు, సంప్రదాయ కథనాలు ఒక భాష యొక్క గుర్తింపు మరియు సంస్కృతిని కాపాడడంలో సహాయపడతాయి. మరోవైపు, ఆధునిక కథనాలు ఒక భాషను 21వ శతాబ్దంలో జీవించడానికి సహాయపడతాయి.

సంప్రదాయ మరియు ఆధునిక కథనాల మధ్య సమతుల్యతను పాటించడానికి కొన్ని మార్గాలు ఇక్కడ ఉన్నాయి:

సంప్రదాయ కథనాలను నేర్చుకోండి మరియు ప్రచారం చేయండి.

ఆధునిక కథనాలను అభివృద్ధి చేయండి మరియు ఉపయోగించండి.

సంప్రదాయ మరియు ఆధునిక కథనాల మధ్య సంభాషణను ప్రోత్సహించండి.

జానపద కథలు, పాటలు, కవితలు

జానపద కథలు, పాటలు మరియు కవితలు అనేవి ఒక సంస్కృతి యొక్క సాంస్కృతిక జ్ఞానాన్ని మరియు గుర్తింపును ప్రతిబింబించే ముఖ్యమైన కళా రూపాలు. అవి ఒక సంస్కృతి యొక్క చరిత్ర, విలువలు మరియు నమ్మకాలను ప్రసారం చేయడంలో సహాయపడతాయి.

జానపద కథలు

జానపద కథలు అనేవి ఒక సంస్కృతిలో నోటి ద్వారా ప్రసారం అయ్యే కథలు. అవి పురాణాలు, దృష్టాంతాలు, నాటకాలు మరియు ఇతర రకాల కథలను కలిగి ఉంటాయి. జానపద కథలు ఒక సంస్కృతి యొక్క గుర్తింపును ఏర్పరచడంలో మరియు దాని సభ్యులకు సామాజిక నమూనాలను నేర్పడంలో సహాయపడతాయి.

జానపద పాటలు

జానపద పాటలు అనేవి ఒక సంస్కృతిలో నోటి ద్వారా ప్రసారం అయ్యే పాటలు. అవి ప్రేమ, విరహం, శ్రమ, నమ్మకాలు మరియు ఇతర అంశాలను ప్రతిబింబిస్తాయి. జానపద పాటలు ఒక సంస్కృతి యొక్క సంగీతం మరియు సాహిత్యాన్ని ప్రతిబింబిస్తాయి మరియు అవి ప్రజలను కలిసి చేర్చడంలో సహాయపడతాయి.

జానపద కవితలు

జానపద కవితలు అనేవి ఒక సంస్కృతిలో నోటి ద్వారా ప్రసారం అయ్యే కవితలు. అవి ప్రేమ, విరహం, శ్రమ,

నమ్మకాలు మరియు ఇతర అంశాలను ప్రతిబింబిస్తాయి. జానపద కవితలు ఒక సంస్కృతి యొక్క సాహిత్యాన్ని ప్రతిబింబిస్తాయి మరియు అవి ప్రజలను ఆలోచించడానికి మరియు ప్రేరేపించడానికి సహాయపడతాయి.

జానపద కథలు, పాటలు మరియు కవితల ప్రాముఖ్యత

జానపద కథలు, పాటలు మరియు కవితలు ఒక సంస్కృతి యొక్క సాంస్కృతిక జ్ఞానాన్ని మరియు గుర్తింపును కాపాడడంలో ముఖ్యమైన పాత్ర పోషిస్తాయి. అవి:

ఒక సంస్కృతి యొక్క చరిత్ర మరియు విలువలను ప్రసారం చేయడంలో సహాయపడతాయి.

ఒక సంస్కృతి యొక్క గుర్తింపును ఏర్పరచడంలో మరియు దాని సభ్యులకు సామాజిక నమూనాలను నేర్పడంలో సహాయపడతాయి.

ప్రజలను కలిసి చేర్చడంలో సహాయపడతాయి.

ప్రజలను ఆలోచించడానికి మరియు ప్రేరేపించడానికి సహాయపడతాయి.

కమ్యూనిటీలను కలపడం, చర్యలకు ప్రేరణ

కమ్యూనిటీలు అనేవి వ్యక్తులు ఒకరినొకరు తెలుసుకోవడానికి, సహాయం చేసుకోవడానికి మరియు కలిసి పని చేయడానికి కలిసివచ్చే సామాజిక సమూహాలు. కమ్యూనిటీలు ప్రజలకు భద్రత, సహాయం మరియు సామాజిక సంబంధాలను అందిస్తాయి. అవి ప్రజలను చర్యకు ప్రేరేపించడంలో కూడా ముఖ్యమైన పాత్ర పోషిస్తాయి.

కమ్యూనిటీలను కలపడం

కమ్యూనిటీలను కలపడానికి అనేక మార్గాలు ఉన్నాయి. కొన్ని సాధారణ మార్గాలు ఇక్కడ ఉన్నాయి:

- వేడుకలు మరియు కార్యక్రమాలు: కమ్యూనిటీ వేడుకలు మరియు కార్యక్రమాలు ప్రజలను కలిసి చేర్చడానికి మరియు ఒకరినొకరు తెలుసుకోవడానికి ఒక గొప్ప మార్గం.

- సామాజిక మీడియా: సామాజిక మీడియా కమ్యూనిటీలను కనెక్ట్ చేయడానికి మరియు కమ్యూనికేట్ చేయడానికి ఒక శక్తివంతమైన సాధనం.

- సామాజిక సంస్థలు: సామాజిక సంస్థలు కమ్యూనిటీలను కలిసి చేర్చడానికి మరియు సామాజిక మార్పును ప్రోత్సహించడానికి పని చేస్తాయి.

చర్యలకు ప్రేరణ

కమ్యూనిటీలు ప్రజలను చర్యకు ప్రేరేపించడంలో ముఖ్యమైన పాత్ర పోషిస్తాయి. కమ్యూనిటీలు ప్రజలకు ఒకరినొకరు సహాయం చేయడానికి మరియు సామాజిక

మార్పును సృష్టించడానికి ఒక భాగంగా భావించడానికి ఒక భావాన్ని అందిస్తాయి.

కమ్యూనిటీలు చర్యకు ప్రేరేపించే కొన్ని మార్గాలు ఇక్కడ ఉన్నాయి:

సామాజిక సమస్యలపై అవగాహన పెంచడం: కమ్యూనిటీలు సామాజిక సమస్యలపై అవగాహన పెంచడానికి మరియు ప్రజలను చర్యకు ప్రేరేపించడానికి కార్యక్రమాలు మరియు ప్రచారాలను నిర్వహించగలవు.

సామాజిక సంస్థలకు మద్దతు ఇవ్వడం: కమ్యూనిటీలు సామాజిక మార్పును ప్రోత్సహించడానికి పనిచేస్తున్న సామాజిక సంస్థలకు మద్దతు ఇవ్వడం ద్వారా చర్యకు ప్రేరేపించవచ్చు.

వ్యక్తిగత చర్యలను ప్రోత్సహించడం: కమ్యూనిటీలు వ్యక్తులు తమ స్వంత సమూహాలలో మరియు సమాజంలో మార్పును సృష్టించడానికి వ్యక్తిగత చర్యలు తీసుకోవడానికి ప్రోత్సహించవచ్చు.

Chapter 7: Education and Advocacy: Raising Awareness and Building Support

అధ్యాయం 7: విద్య మరియు ప్రచారం: అవగాహన పెంపు, మద్దతు నిర్మాణం

భాషా పునరుద్ధారణలో ప్రజా అవగాహన, విద్య యొక్క ప్రాముఖ్యత

భాషా పునరుద్ధారణ అనేది ఒక భాషను మళ్లీ మాట్లాడేలా మరియు వ్రాయేలా చేయడానికి చేసే ప్రయత్నం. ఈ ప్రయత్నంలో ప్రజా అవగాహన మరియు విద్య యొక్క ప్రాముఖ్యత చాలా ఎక్కువ.

ప్రజా అవగాహన

ప్రజా అవగాహన భాషా పునరుద్ధారణకు మొదటి మరియు అతి ముఖ్యమైన అడుగు. ప్రజలు భాషా పునరుద్ధారణ యొక్క ప్రాముఖ్యతను అర్థం చేసుకోకపోతే, వారు దానికి మద్దతు ఇవ్వరు లేదా దానిలో పాల్గొనరు.

ప్రజా అవగాహన పెంచడానికి అనేక మార్గాలు ఉన్నాయి. కొన్ని సాధారణ మార్గాలు ఇక్కడ ఉన్నాయి:

- ప్రచార కార్యక్రమాలు: ప్రచార కార్యక్రమాలు ప్రజలకు భాషా పునరుద్ధారణ గురించి సమాచారాన్ని అందించడానికి ఒక గొప్ప మార్గం.

విద్యా కార్యక్రమాలు: విద్యా కార్యక్రమాలు ప్రజలకు భాషా పునరుద్ధారణ యొక్క ప్రాముఖ్యతను అర్థం చేసుకోవడంలో సహాయపడతాయి.

సోషల్ మీడియా: సోషల్ మీడియా భాషా పునరుద్ధారణ గురించి ప్రజలకు తెలియజేయడానికి ఒక శక్తివంతమైన సాధనం.

విద్య

విద్య భాషా పునరుద్ధారణలో ఒక ముఖ్యమైన పాత్ర పోషిస్తుంది. భాషా పునరుద్ధారణకు మద్దతు ఇవ్వడానికి మరియు దానిలో పాల్గొనడానికి ప్రజలను ప్రోత్సహించడానికి విద్య ఒక ముఖ్యమైన సాధనం.

భాషా పునరుద్ధారణ గురించి విద్య ఇక్కడ కొన్ని విధాలుగా ఉపయోగించవచ్చు:

భాషా పునరుద్ధారణ యొక్క ప్రాముఖ్యతను బోధించడానికి: విద్య ప్రజలకు భాషా పునరుద్ధారణ యొక్క ప్రాముఖ్యతను అర్థం చేసుకోవడంలో సహాయపడుతుంది.

భాషా పునరుద్ధారణకు మద్దతు ఇవ్వడానికి ప్రజలను ప్రోత్సహించడానికి: విద్య ప్రజలను భాషా పునరుద్ధారణకు మద్దతు ఇవ్వడానికి లేదా దానిలో పాల్గొనడానికి ప్రోత్సహించవచ్చు.

భాషా నైపుణ్యాలను అభివృద్ధి చేయడానికి: విద్య ప్రజలకు భాషా నైపుణ్యాలను అభివృద్ధి చేయడంలో సహాయపడుతుంది, ఇది భాషా పునరుద్ధారణ ప్రక్రియలో ముఖ్యమైనది.

అవగాహన పెంపు వ్యూహాలు: మీడియా ప్రచారాలు, విద్యా కార్యశాలలు, సామాజిక కార్యక్రమాలు

అవగాహన పెంపు అనేది ఒక ప్రాథమికమైన ప్రణాళిక, ఇది ఏదైనా కొత్త లేదా మార్పులకు ప్రజలను సిద్ధం చేయడానికి ఉపయోగిస్తారు. ఇది ఒక భాషా పునరుద్ధారణ ప్రయత్నంలో ముఖ్యమైన భాగం, ఎందుకంటే ఇది ప్రజలకు భాషా పునరుద్ధారణ యొక్క ప్రాముఖ్యతను అర్థం చేసుకోవడంలో మరియు దానికి మద్దతు ఇవ్వడానికి సహాయపడుతుంది.

అవగాహన పెంపు వ్యూహాలు అనేక రకాలుగా ఉండవచ్చు, కానీ కొన్ని సాధారణ ఉదాహరణలు ఇక్కడ ఉన్నాయి:

- మీడియా ప్రచారాలు: మీడియా ప్రచారాలు భాషా పునరుద్ధారణ గురించి సమాచారాన్ని ప్రజలకు చేరవేయడానికి ఒక గొప్ప మార్గం. ఇవి టెలివిజన్, రేడియో, ప్రచురణలు మరియు ఆన్ లైన్ ప్లాట్‌ఫారమ్‌లలో ప్రదర్శించబడే ప్రకటనలు మరియు పాఠాలను కలిగి ఉండవచ్చు.

- విద్యా కార్యశాలలు: విద్యా కార్యశాలలు భాషా పునరుద్ధారణ యొక్క ప్రాముఖ్యత మరియు దానిని ఎలా సాధించాలో గురించి ప్రజలకు మరింత నేర్పడానికి ఒక మార్గం. ఈ కార్యశాలలు పాఠశాలలు, కమ్యూనిటీ కేంద్రాలు మరియు ఇతర ప్రదేశాలలో నిర్వహించబడతాయి.

- సామాజిక కార్యక్రమాలు: సామాజిక కార్యక్రమాలు భాషా పునరుద్ధారణ యొక్క ప్రాముఖ్యతను ప్రజలకు చూపించడానికి ఒక మార్గం. ఈ కార్యక్రమాలు భాషా పునరుద్ధారణ ప్రయత్నాలను ప్రదర్శించే ఫెస్టివల్‌లు, పండుగలు మరియు ఇతర ఈవెంట్‌లను కలిగి ఉండవచ్చు.

అవగాహన పెంపు వ్యూహాలను రూపొందించేటప్పుడు, ప్రేక్షకులను పరిగణనలోకి తీసుకోవడం ముఖ్యం. ప్రజలు ఏమి ఆసక్తి కలిగి ఉన్నారు మరియు ఏమి వినడానికి కోరుకుంటారు అనే దానిపై దృష్టి పెట్టాలి.

కనుమరుగుతున్న భాషలకు మద్దతుగా విధాన మార్పులు, నిధుల కేటాయింపుల ప్రచారం

కనుమరుగుతున్న భాషలు అనేవి అంతరించిపోయే ప్రమాదంలో ఉన్న భాషలు. ప్రపంచవ్యాప్తంగా దాదాపు 6,000 కనుమరుగుతున్న భాషలు ఉన్నాయి, వీటిలో చాలావరకు భారతదేశంలో ఉన్నాయి.

కనుమరుగుతున్న భాషలను కాపాడడానికి, ప్రభుత్వాలు మరియు ప్రజా సంస్థలు విధాన మార్పులు మరియు నిధుల కేటాయింపులను ప్రోత్సహించాలి.

విధాన మార్పులు

కనుమరుగుతున్న భాషలను కాపాడటానికి ప్రభుత్వాలు క్రింది విధాన మార్పులను చేయగలవు:

* భాషా హక్కులను రక్షించడం: ప్రభుత్వాలు అన్ని భాషలకు సమానమైన హక్కులను రక్షించే చట్టాలను రూపొందించాలి. ఈ చట్టాలు భాషలను ఉపయోగించే హక్కును, భాషలను బోధించే హక్కును మరియు భాషలను ఉపయోగించే హక్కును రక్షించాలి.

* భాషా విద్యను ప్రోత్సహించడం: ప్రభుత్వాలు భాషా విద్యను ప్రోత్సహించే విధంగా విద్యా వ్యవస్థను మార్చాలి. ఈ మార్పులు భాషలను బోధించడానికి మరియు భాషలలో భాషా నైపుణ్యాలను అభివృద్ధి చేయడానికి అవకాశాలను కల్పించాలి.

* భాషా సంస్కృతిని ప్రోత్సహించడం: ప్రభుత్వాలు భాషా సంస్కృతిని ప్రోత్సహించే విధంగా సాంస్కృతిక విధానాలను

మార్చాలి. ఈ మార్పులు భాషలను ఉపయోగించే కార్యక్రమాలు మరియు కార్యక్రమాలను ప్రోత్సహించాలి.

నిధుల కేటాయింపులు

కనుమరుగుతున్న భాషలను కాపాడటానికి ప్రభుత్వాలు మరియు ప్రజా సంస్థలు నిధులను కేటాయించాలి. ఈ నిధులు భాషా హక్కులను రక్షించడానికి, భాషా విద్యను ప్రోత్సహించడానికి మరియు భాషా సంస్కృతిని ప్రోత్సహించడానికి ఉపయోగించబడతాయి.

ప్రచారం

కనుమరుగుతున్న భాషల ప్రాముఖ్యత గురించి ప్రజలకు అవగాహన కల్పించడానికి ప్రభుత్వాలు మరియు ప్రజా సంస్థలు ప్రచారం చేయాలి. ఈ ప్రచారం భాషలను కాపాడటానికి ప్రజలు చేయగలిగే విషయాల గురించి అవగాహన కల్పించాలి.

కనుమరుగుతున్న భాషలను కాపాడటానికి ప్రభుత్వాలు మరియు ప్రజా సంస్థలు కలిసి పని చేయాలి. విధాన మార్పులు, నిధుల కేటాయింపులు మరియు ప్రచారం ద్వారా, మనం ఈ భాషలను కాపాడటానికి మరియు వాటి సంస్కృతులను సంరక్షించడానికి సహాయపడవచ్చు.

భాషా వైవిధ్యం ప్రోత్సహనలో వ్యక్తులు, సంస్థల పాత్ర

భాషా వైవిధ్యం అనేది ఒక సమాజంలోని వివిధ భాషల ఉనికిని సూచిస్తుంది. భాషా వైవిధ్యం ఒక సమాజానికి చాలా ముఖ్యం, ఎందుకంటే ఇది సృజనాత్మకత, సమాచార ప్రసారం మరియు సంస్కృతిని పరిరక్షించడానికి సహాయపడుతుంది.

భాషా వైవిధ్యాన్ని ప్రోత్సహించడంలో వ్యక్తులు మరియు సంస్థలు ముఖ్యమైన పాత్ర పోషిస్తాయి.

వ్యక్తులు

వ్యక్తులు భాషా వైవిధ్యాన్ని ప్రోత్సహించడంలో చాలా విధాలుగా సహాయపడవచ్చు. కొన్ని మార్గాలు ఇక్కడ ఉన్నాయి:

- భాషలను నేర్చుకోండి: మీరు ఒక కొత్త భాష నేర్చుకోవడం ద్వారా, మీరు భాషా వైవిధ్యానికి మద్దతు ఇస్తారు మరియు మీ స్వంత సాంస్కృతిక అవగాహనను విస్తరిస్తారు.

- మీ స్వంత భాషను ప్రోత్సహించండి: మీరు మీ స్వంత భాషను ఉపయోగించడం ద్వారా, మీరు దానిని కాపాడటానికి సహాయపడతారు.

- భాషా వైవిధ్యం గురించి అవగాహన పెంచండి: మీరు మీ కుటుంబం మరియు స్నేహితులతో భాషా వైవిధ్యం గురించి మాట్లాడటం ద్వారా, మీరు భాషా వైవిధ్యం యొక్క ప్రాముఖ్యత గురించి అవగాహన పెంచడంలో సహాయపడతారు.

సంస్థలు

సంస్థలు భాషా వైవిధ్యాన్ని ప్రోత్సహించడంలో కూడా ముఖ్యమైన పాత్ర పోషిస్తాయి. కొన్ని మార్గాలు ఇక్కడ ఉన్నాయి:

భాషా విద్యను ప్రోత్సహించండి: సంస్థలు భాషా విద్యను ప్రోత్సహించడం ద్వారా, వారు భాషా నైపుణ్యాలను అభివృద్ధి చేయడానికి మరియు భాషా వైవిధ్యాన్ని అర్థం చేసుకోవడానికి ప్రజలకు సహాయపడతాయి.

భాషా సంస్కృతిని ప్రోత్సహించండి: సంస్థలు భాషా సంస్కృతిని ప్రోత్సహించడం ద్వారా, వారు భాషలను ఉపయోగించే మరియు ఆస్వాదించే అవకాశాలను సృష్టిస్తాయి.

భాషా వైవిధ్యం గురించి అవగాహన పెంచండి: సంస్థలు భాషా వైవిధ్యం గురించి అవగాహన పెంచడం ద్వారా, వారు భాషా వైవిధ్యం యొక్క ప్రాముఖ్యత గురించి అవగాహన పెంచడంలో సహాయపడతాయి.

Chapter 8: Intercultural Bridges: Collaboration and Partnerships

అధ్యాయం 8: అంతర్సాంస్కృతిక వంతెనలు: సహకారం, భాగస్వామ్యాలు

భాషా పునరుద్ధారణలో సహకారం, భాగస్వామ్యాల ప్రాముఖ్యత

భాషా పునరుద్ధారణ అనేది ఒక భాషను మళ్లీ మాట్లాడేలా మరియు వ్రాయేలా చేయడానికి చేసే ప్రయత్నం. ఈ ప్రయత్నంలో సహకారం మరియు భాగస్వామ్యాల ప్రాముఖ్యత చాలా ఎక్కువ.

సహకారం

సహకారం అనేది రెండు లేదా అంతకంటే ఎక్కువ పక్షాలు కలిసి పనిచేయడం. భాషా పునరుద్ధారణలో సహకారం అనేది చాలా ముఖ్యం, ఎందుకంటే ఇది వనరులను సమర్థవంతంగా ఉపయోగించడానికి మరియు సమస్యలను మరింత సమర్థవంతంగా పరిష్కరించడానికి సహాయపడుతుంది.

భాషా పునరుద్ధారణలో సహకారం ఈ కరింది రంగాలలో చేయవచ్చు:

• విద్య: భాషా విద్యను ప్రోత్సహించడానికి వివిధ సంస్థలు మరియు వ్యక్తులు కలిసి పని చేయవచ్చు.

సంస్కృతి: భాషా సంస్కృతిని ప్రోత్సహించడానికి వివిధ సంస్థలు మరియు వ్యక్తులు కలిసి పని చేయవచ్చు.

సమాచార ప్రసారం: భాషా సమాచారాన్ని ప్రసారం చేయడానికి వివిధ సంస్థలు మరియు వ్యక్తులు కలిసి పని చేయవచ్చు.

భాగస్వామ్యం

భాగస్వామ్యం అనేది రెండు లేదా అంతకంటే ఎక్కువ పక్షాలు సమానంగా వాటా పంచుకోవడం. భాషా పునరుద్ధారణలో భాగస్వామ్యం అనేది చాలా ముఖ్యం, ఎందుకంటే ఇది అన్ని వర్గాల ప్రజలను ప్రక్రియలో చేర్చడానికి సహాయపడుతుంది.

భాషా పునరుద్ధారణలో భాగస్వామ్యం ఈ క్రింది రంగాలలో చేయవచ్చు:

నిర్ణయాలు తీసుకోవడం: భాషా పునరుద్ధారణకు సంబంధించిన నిర్ణయాలు తీసుకోవడంలో అన్ని వర్గాల ప్రజలు భాగస్వామ్యం వహించాలి.

కార్యక్రమాలు అమలు చేయడం: భాషా పునరుద్ధారణ కార్యక్రమాలను అమలు చేయడంలో అన్ని వర్గాల ప్రజలు భాగస్వామ్యం వహించాలి.

ఫలితాలను పర్యవేక్షించడం: భాషా పునరుద్ధారణ కార్యక్రమాల ఫలితాలను పర్యవేక్షించడంలో అన్ని వర్గాల ప్రజలు భాగస్వామ్యం వహించాలి.

భాషా పునరుద్ధారణ అనేది ఒక సవాలుగా ఉన్నప్పటికీ, సహకారం మరియు భాగస్వామ్యాల ద్వారా, మనం ఈ ప్రయత్నాన్ని విజయవంతం చేయవచ్చు.

భాషావేత్తలు, మానవ శాస్త్రజ్ఞులు, విద్యావేత్తలు, సామాజిక నాయకుల పాత్ర

భాషా పునరుద్ధారణ అనేది ఒక భాషను మళ్లీ మాట్లాడేలా మరియు వ్రాయేలా చేయడానికి చేసే ప్రయత్నం. ఈ ప్రయత్నంలో భాషావేత్తలు, మానవ శాస్త్రజ్ఞులు, విద్యావేత్తలు మరియు సామాజిక నాయకుల పాత్ర చాలా ముఖ్యం.

భాషావేత్తలు

భాషావేత్తలు భాషల యొక్క నిర్మాణం, అభివృద్ధి మరియు ఉపయోగం గురించి అధ్యయనం చేస్తారు. వారు భాషా పునరుద్ధారణకు చాలా విలువైన సమాచారాన్ని అందించగలరు. భాషా పునరుద్ధారణ ప్రయత్నాలను రూపొందించడానికి మరియు అమలు చేయడానికి భాషావేత్తలు తమ జ్ఞానాన్ని ఉపయోగించవచ్చు.

మానవ శాస్త్రజ్ఞులు

మానవ శాస్త్రజ్ఞులు మానవ సమాజాల గురించి అధ్యయనం చేస్తారు. వారు భాషా పునరుద్ధారణకు సంబంధించిన సాంస్కృతిక మరియు సామాజిక అంశాలను అర్థం చేసుకోవడంలో సహాయపడగలరు. భాషా పునరుద్ధారణ ప్రయత్నాలు విజయవంతం కావడానికి, అవి సంబంధిత సమాజాల సంస్కృతి మరియు సామాజిక నిర్మాణాలను పరిగణనలోకి తీసుకోవాలి.

విద్యావేత్తలు

విద్యావేత్తలు విద్య యొక్క సిద్ధాంతం మరియు అభ్యాసాన్ని అధ్యయనం చేస్తారు. వారు భాషా పునరుద్ధారణ ప్రయత్నాలలో విద్య యొక్క పాత్రను అర్థం చేసుకోవడంలో సహాయపడగలరు. భాషా పునరుద్ధారణకు విద్య చాలా ముఖ్యం, ఎందుకంటే ఇది భాషా నైపుణ్యాలను అభివృద్ధి చేయడంలో మరియు భాషను జీవించే భాషగా ఉంచడంలో సహాయపడుతుంది.

సామాజిక నాయకులు

సామాజిక నాయకులు సమాజాలలో మార్పును సృష్టించడంలో నైపుణ్యం కలిగి ఉంటారు. వారు భాషా పునరుద్ధారణకు సంబంధించిన సామాజిక మరియు రాజకీయ అంశాలను అర్థం చేసుకోవడంలో సహాయపడగలరు. భాషా పునరుద్ధారణ ప్రయత్నాలు విజయవంతం కావడానికి, అవి సామాజిక మరియు రాజకీయ మద్దతును పొందాలి.

భాషా పునరుద్ధారణ అనేది ఒక సవాలుగా ఉన్నప్పటికీ, ఈ నాలుగు వృత్తి గ్రూపుల యొక్క కృషి ద్వారా, మనం ఈ ప్రయత్నాన్ని విజయవంతం చేయవచ్చు.

స్థానిక సంఘాలు, విద్యాసంస్థల మధ్య విజయవంతమైన భాగస్వామ్యాల ఉదాహరణలు

స్థానిక సంఘాలు మరియు విద్యాసంస్థలు సమాజంలో ముఖ్యమైన పాత్రలు పోషిస్తాయి. స్థానిక సంఘాలు సామాజిక భద్రత, ఆరోగ్య సంరక్షణ మరియు సంస్కృతిని ప్రోత్సహించడంలో సహాయపడతాయి. విద్యాసంస్థలు విద్య మరియు నైపుణ్యాలను అందించడంలో సహాయపడతాయి. ఈ రెండు రకాల సంస్థలు కలిసి పనిచేయడం ద్వారా, అవి సమాజంలో మరింత ప్రభావవంతంగా ఉండవచ్చు.

స్థానిక సంఘాలు మరియు విద్యాసంస్థల మధ్య విజయవంతమైన భాగస్వామ్యాలకు అనేక ఉదాహరణలు ఉన్నాయి. కొన్ని ఉదాహరణలు ఇక్కడ ఉన్నాయి:

కొన్ని స్థానిక సంఘాలు విద్యాసంస్థలతో కలిసి పనిచేస్తాయి తద్వారా భాషా పునరుద్ధారణ కార్యక్రమాలను అభివృద్ధి చేయడానికి మరియు అమలు చేయడానికి. ఈ కార్యక్రమాలు భాషా నైపుణ్యాలను అభివృద్ధి చేయడానికి మరియు భాషను జీవించే భాషగా ఉంచడానికి సహాయపడతాయి.

కొన్ని స్థానిక సంఘాలు విద్యాసంస్థలతో కలిసి పనిచేస్తాయి తద్వారా సామాజిక సేవా కార్యక్రమాలను అభివృద్ధి చేయడానికి మరియు అమలు చేయడానికి. ఈ కార్యక్రమాలు సమాజంలోని అవసరమైన వ్యక్తులకు సహాయం చేయడంలో సహాయపడతాయి.

కొన్ని స్థానిక సంఘాలు విద్యాసంస్థలతో కలిసి పనిచేస్తాయి తద్వారా సాంస్కృతిక కార్యక్రమాలను అభివృద్ధి చేయడానికి మరియు అమలు చేయడానికి. ఈ కార్యక్రమాలు సమాజంలోని

వివిధ సంస్కృతుల గురించి అవగాహన పెంచడంలో సహాయపడతాయి.

స్థానిక సంఘాలు మరియు విద్యాసంస్థల మధ్య విజయవంతమైన భాగస్వామ్యాలకు కొన్ని సాధారణ మార్గాలు ఇక్కడ ఉన్నాయి:

- స్పష్టమైన లక్ష్యాలు మరియు లక్ష్యాలను ఏర్పాటు చేయండి. భాగస్వామ్యం ఏమి చేయాలనుకుంటుందో తెలుసుకోవడం చాలా ముఖ్యం.

- భాగస్వాముల మధ్య పారదర్శకత మరియు భద్రతను నిర్ధారించండి. ప్రతి ఒక్కరూ ఒకే పేజీలో ఉన్నారని మరియు వారి సమాచారం రక్షించబడుతుందని నిర్ధారించడం ముఖ్యం.

- అవసరమైనప్పుడు సర్దుబాటు చేయడానికి సిద్ధంగా ఉండండి. భాగస్వామ్యం అభివృద్ధి చెందుతున్నప్పుడు, అవసరమైనప్పుడు సర్దుబాటు చేయడానికి సిద్ధంగా ఉండటం ముఖ్యం.

భాషా రక్షణలో అంతర్సాంస్కృతిక అవగాహన, గౌరవం

భాషా రక్షణ అనేది ఒక భాషను మరణం నుండి రక్షించడానికి చేసే ప్రయత్నం. ఈ ప్రయత్నంలో అంతర్సాంస్కృతిక అవగాహన మరియు గౌరవం చాలా ముఖ్యం.

అంతర్సాంస్కృతిక అవగాహన

అంతర్సాంస్కృతిక అవగాహన అనేది వివిధ సంస్కృతుల గురించి అవగాహన. భాషా రక్షణలో, అంతర్సాంస్కృతిక అవగాహన ముఖ్యం ఎందుకంటే ఇది భాషా సమూహాల సంస్కృతిని అర్థం చేసుకోవడంలో సహాయపడుతుంది.

ఉదాహరణకు, ఒక భాషా సమూహం దాని భాషను ఆచారాలు మరియు సంప్రదాయాలతో ముడిపడి ఉంటుంది. అంతర్ సాంస్కృతిక అవగాహన లేకుండా, భాషా సమూహం యొక్క సంస్కృతిని అర్థం చేసుకోవడం కష్టం, మరియు అది భాషను రక్షించడానికి సహాయపడే చర్యలను తీసుకోవడం కష్టం.

గౌరవం

గౌరవం అనేది వివిధ సంస్కృతుల యొక్క విలువలను మరియు నమ్మకాలను గౌరవించడం. భాషా రక్షణలో, గౌరవం ముఖ్యం ఎందుకంటే ఇది భాషా సమూహాలను వారి భాషను రక్షించడానికి ప్రోత్సహించడంలో సహాయపడుతుంది.

ఉదాహరణకు, ఒక భాషా సమూహం దాని భాషను చాలా గౌరవిస్తుంది. గౌరవం లేకుండా, భాషా సమూహం తన భాషను రక్షించడానికి కృషి చేయకపోవచ్చు.

అంతర్సాంస్కృతిక అవగాహన మరియు గౌరవం భాషా రక్షణను మెరుగుపరచడానికి అనేక మార్గాల్లో సహాయపడతాయి. అవి భాషా సమూహాలను వారి భాష యొక్క ప్రాముఖ్యతను అర్థం చేసుకోవడంలో సహాయపడతాయి, అవి భాషా సమూహాలను వారి భాషను రక్షించడానికి చర్యలు తీసుకోవడానికి ప్రోత్సహిస్తాయి మరియు అవి భాషా సమూహాల మధ్య సహకారాన్ని పెంచుతాయి.

భాషా రక్షణలో అంతర్సాంస్కృతిక అవగాహన మరియు గౌరవాన్ని ప్రోత్సహించడానికి కొన్ని మార్గాలు ఇక్కడ ఉన్నాయి:

- వివిధ సంస్కృతుల గురించి అవగాహన పెంచడానికి విద్యా కార్యక్రమాలను అభివృద్ధి చేయండి.

- భాషా సమూహాలతో సంభాషించడానికి మరియు వారి అవసరాలను అర్థం చేసుకోవడానికి సమయం కేటాయించండి.

Chapter 9: A Future of Tongues: Hope and Resilience in the Face of Loss

అధ్యాయం 9: భాషల భవిష్యత్తు: నష్టం ముందు ఆశ, ధృడత్వం

కనుమరుగుతున్న భాషల సవాళ్లు, అనిశ్చితి

ప్రపంచవ్యాప్తంగా, ప్రతి ఏడు రోజులకు ఒకటి చొప్పున ఒక భాష మరణిస్తోంది. ఈ కనుమరుగుతున్న భాషల ప్రమాదానికి అనేక కారణాలు ఉన్నాయి, వీటిలో:

అధిక స్థాయిలో సాంస్కృతిక ఏకీకరణ: ప్రపంచం మరింత సమగ్రంగా మారడంతో, చిన్న భాషలు పెద్ద భాషలచే అధికంగా ప్రభావితమవుతున్నాయి.

అవకాశాలలో లోపం: కనుమరుగుతున్న భాషలను మాట్లాడే వ్యక్తులకు తరచుగా విద్య, ఉద్యోగాలు మరియు ఇతర అవకాశాలకు ప్రాప్యత ఉండదు.

అవగాహన లేకపోవడం: కనుమరుగుతున్న భాషల గురించి ప్రజలు తరచుగా తెలియదు, అవి చాలా ముఖ్యమైన సంస్కృతి మరియు జ్ఞానాన్ని కలిగి ఉన్నాయని గుర్తించరు.

కనుమరుగుతున్న భాషలు మరణించడం అనేది ఒక సమాజానికి ఒక పెద్ద లోటు. భాషలు మాత్రమే భాషా నైపుణ్యాలను అందించడం కాదు, అవి సంస్కృతి, జ్ఞానం

మరియు సృజనాత్మకతను కూడా కలిగి ఉంటాయి. ఒక భాష మరణిస్తే, అది అన్ని ఈ అంశాలను కోల్పోతుంది.

కనుమరుగుతున్న భాషలను రక్షించడానికి అనేక మార్గాలు ఉన్నాయి, వీటిలో:

- అవగాహన పెంచడం: కనుమరుగుతున్న భాషల గురించి ప్రజలకు అవగాహన కల్పించడం ముఖ్యం. ఈ భాషలు ఎంత ముఖ్యమైనవి మరియు వాటిని రక్షించడం ఎందుకు ముఖ్యమో వారు అర్థం చేసుకోవడం ముఖ్యం.

- విద్య మరియు అవకాశాలను మెరుగుపరచడం: కనుమరుగుతున్న భాషలను మాట్లాడే వ్యక్తులకు విద్య మరియు అవకాశాలను మెరుగుపరచడం ద్వారా, వారు తమ భాషను నిర్వహించడానికి మరియు అభివృద్ధి చేయడానికి అవకాశం లభిస్తుంది.

- భాషా సంరక్షణ కార్యక్రమాలను అభివృద్ధి చేయడం: కనుమరుగుతున్న భాషలను రక్షించడానికి ప్రత్యేకంగా రూపొందించిన భాషా సంరక్షణ కార్యక్రమాలను అభివృద్ధి చేయడం ముఖ్యం. ఈ కార్యక్రమాలు భాషా నైపుణ్యాలను అభివృద్ధి చేయడం, భాషా సంస్కృతిని ప్రోత్సహించడం మరియు భాషా డేటాను సంరక్షించడం వంటి వివిధ అంశాలను కవర్ చేయవచ్చు.

తమ భాషలను కాపాడుతున్న సంఘాల ధృడతత్వాన్ని, నిశ్చయతను చిత్రీకరణ

ప్రపంచవ్యాప్తంగా, అనేక సంఘాలు తమ భాషలను కాపాడుకోవడానికి కృషి చేస్తున్నాయి. ఈ సంఘాలు ధృడంగా మరియు నిశ్చయంగా ఉన్నాయి, ఎందుకంటే అవి తమ భాషలు తమ సంస్కృతి మరియు జీవిత విధానం యొక్క ముఖ్యమైన భాగాలు అని నమ్ముతాయి.

ధృడతత్వం

కనుమరుగుతున్న భాషలను కాపాడుతున్న సంఘాలు తరచుగా అనేక సవాళ్లను ఎదుర్కొంటాయి. ఈ సవాళ్లలో ఉన్నాయి:

సాంస్కృతిక ఏకీకరణ: ప్రపంచం మరింత సమగ్రంగా మారడంతో, చిన్న భాషలు పెద్ద భాషలచే అధికంగా ప్రభావితమవుతున్నాయి.

అవకాశాలలో లోపం: కనుమరుగుతున్న భాషలను మాట్లాడే వ్యక్తులకు తరచుగా విద్య, ఉద్యోగాలు మరియు ఇతర అవకాశాలకు పేరాప్యత ఉండదు.

అవగాహన లేకపోవడం: కనుమరుగుతున్న భాషల గురించి ప్రజలు తరచుగా తెలియదు, అవి చాలా ముఖ్యమైన సంస్కృతి మరియు జ్ఞానాన్ని కలిగి ఉన్నాయని గుర్తించరు.

ఈ సవాళ్లను ఎదుర్కోవడానికి, కనుమరుగుతున్న భాషలను కాపాడుతున్న సంఘాలు తరచుగా ధృడంగా ఉంటాయి. వారు

తమ భాషలను కాపాడుకోవడం చాలా ముఖ్యమని నమ్ముతారు మరియు దాని కోసం ఏదైనా చేయడానికి సిద్ధంగా ఉన్నారు.

ఉదాహరణకు, భారతదేశంలోని కొన్ని భాషా సమూహాలు తమ భాషలను కాపాడుకోవడానికి పాఠశాలలు మరియు కళాశాలలను స్థాపించాయి. ఈ పాఠశాలలు మరియు కళాశాలలు తమ భాషలను బోధించడానికి మరియు ప్రోత్సహించడానికి అంకితం చేయబడ్డాయి.

నిశ్చయత

కనుమరుగుతున్న భాషలను కాపాడుతున్న సంఘాలు తరచుగా నిశ్చయంగా ఉంటాయి. వారు తమ భాషలు మరణించకుండా ఉండేలా చేయడానికి కృషి చేస్తారు.

ఉదాహరణకు, న్యూజిలాండ్‌లోని మారి భాషా సమూహం తమ భాషను కాపాడుకోవడానికి ఒక ప్రత్యేక ప్రోగ్రామ్‌ను అభివృద్ధి చేసింది. ఈ ప్రోగ్రామ్ యొక్క లక్ష్యం మారి భాషను మాట్లాడే మరియు అర్థం చేసుకోగల యువతుల సంఖ్యను పెంచడం.

భాషా వైవిధ్యం భవిష్యత్తుకు ఆశ, స్ఫూర్తి

భాషా వైవిధ్యం అనేది ప్రపంచంలోని అత్యంత అద్భుతమైన విషయాలలో ఒకటి. ఇది మనకు విభిన్న సంస్కృతులు మరియు దృక్పథాల గురించి తెలుసుకోవడానికి అనుమతిస్తుంది. ఇది మనకు కొత్త ఆలోచనలు మరియు దృక్పథాలను అందిస్తుంది.

భాషా వైవిధ్యం భవిష్యత్తుకు ఆశ మరియు స్ఫూర్తిని ఇస్తుంది. ఇది మనకు ప్రపంచంలోని విభిన్నమైన ప్రజల మధ్య సంబంధాలను మెరుగుపరచడానికి అవకాశాన్ని అందిస్తుంది. ఇది మనకు మరింత సహనం మరియు అవగాహనతో ఉండటానికి నేర్పిస్తుంది.

భాషా వైవిధ్యం కోసం కొన్ని ముఖ్యమైన కారణాలు ఇక్కడ ఉన్నాయి:

భాషలు మన సంస్కృతి మరియు చరిత్రను ప్రతిబింబిస్తాయి. ప్రతి భాష దాని స్వంత ప్రత్యేకమైన శైలి మరియు భాషా నిర్మాణాన్ని కలిగి ఉంది. ఈ వైవిధ్యం మనకు మన చుట్టూ ఉన్న ప్రపంచం గురించి మరింత తెలుసుకోవడానికి సహాయపడుతుంది.

భాషలు కొత్త ఆలోచనలు మరియు దృక్పథాలను సృష్టించడానికి ఉపయోగించవచ్చు. ప్రతి భాష దాని స్వంత ప్రత్యేకమైన దృక్పథాన్ని కలిగి ఉంది. ఈ వైవిధ్యం మనకు కొత్త విషయాలను నేర్చుకోవడానికి మరియు మన దృక్పథాలను విస్తరించడానికి సహాయపడుతుంది.

భాషలు మనకు కొత్త సంస్కృతులను తెలుసుకోవడానికి అనుమతిస్తాయి. ప్రతి భాష దాని స్వంత ప్రత్యేకమైన

సంస్కృతిని కలిగి ఉంది. ఈ వైవిధ్యం మనకు ప్రపంచంలోని ఇతర ప్రజలతో కనెక్ట్ అవ్వడానికి మరియు వారి సంస్కృతులను అర్థం చేసుకోవడానికి సహాయపడుతుంది.

భాషా వైవిధ్యాన్ని కాపాడటం ముఖ్యం. మనం తరతరాలకు మన సంస్కృతి మరియు చరిత్రను సంరక్షించడానికి భాషలను ఉపయోగించాలి. మనం కొత్త ఆలోచనలు మరియు దృక్పథాలను ప్రోత్సహించడానికి భాషలను ఉపయోగించాలి. మనం ప్రపంచంలోని ఇతర ప్రజలతో సంబంధాలను మెరుగుపరచడానికి భాషలను ఉపయోగించాలి.

భాషా రక్షణ చర్యలకు వ్యక్తులు, సంఘాలు ఎలా దోహదపడగలరో పిలుపు

భాషా వైవిధ్యం మన ప్రపంచంలోని అత్యంత ముఖ్యమైన అంశాలలో ఒకటి. ఇది మనకు విభిన్న సంస్కృతులు మరియు దృక్పథాల గురించి తెలుసుకోవడానికి అనుమతిస్తుంది. ఇది మనకు కొత్త ఆలోచనలు మరియు దృక్పథాలను అందిస్తుంది.

అయితే, ప్రపంచవ్యాప్తంగా అనేక భాషలు మరణోత్తర దశలో ఉన్నాయి. కనుమరుగుతున్న భాషలను రక్షించడం చాలా ముఖ్యం, ఎందుకంటే అవి మన సంస్కృతి మరియు చరిత్ర యొక్క ముఖ్యమైన భాగాలు.

వ్యక్తులు మరియు సంఘాలు భాషా రక్షణ చర్యలకు అనేక మార్గాల్లో దోహదం చేయవచ్చు. ఇక్కడ కొన్ని ఆలోచనలు ఉన్నాయి:

వ్యక్తులు

మీరు మాట్లాడే భాషను ప్రోత్సహించండి. మీరు మీ కుటుంబం మరియు స్నేహితులతో మీ భాషను మాట్లాడండి. మీరు మీ భాషలో పుస్తకాలు, కవితలు మరియు ఇతర సృజనాత్మక రచనలను రాయండి.

కనుమరుగుతున్న భాషలను నేర్చుకోండి. మీకు ఆసక్తి ఉన్న భాషను కనుగొని, దానిని నేర్చుకోవడం ప్రారంభించండి. మీరు ఆన్‌లైన్‌లో లేదా స్థానిక భాషా సంస్థలో పాఠాలు తీసుకోవచ్చు.

- భాషా రక్షణ చర్యలను మద్దతు ఇవ్వండి. మీరు మీ ప్రాంతంలోని భాషా సంరక్షణ సంస్థలను మద్దతు ఇవ్వవచ్చు. మీరు డబ్బును విరాళంగా ఇవ్వవచ్చు లేదా స్వచ్చందంగా పని చేయవచ్చు.

సంఘాలు

- మీ సంఘంలోని కనుమరుగుతున్న భాషలను ప్రోత్సహించండి. మీ సంఘంలోని ప్రజలకు కనుమరుగుతున్న భాషల గురించి తెలియజేయండి. మీరు భాషా కార్యక్రమాలు లేదా ఈవెంట్‌లను నిర్వహించవచ్చు.

- మీ సంఘంలోని భాషా సంరక్షణ సంస్థలతో కలిసి పని చేయండి. మీరు ఈ సంస్థలకు సహకారం లేదా స్వచ్చందంగా పని చేయడం ద్వారా సహాయం చేయవచ్చు.

- భాషా రక్షణ చర్యలకు మద్దతు ఇవ్వడానికి మీ ప్రభుత్వాన్ని ప్రోత్సహించండి. మీరు మీ ప్రభుత్వానికి లేఖలు లేదా ఇమెయిల్‌లను వ్రాయవచ్చు లేదా భాషా రక్షణ చర్యలను ప్రోత్సహించడానికి మీ ప్రాంతంలోని కార్యక్రమాలలో పాల్గొనవచ్చు.

www.ingramcontent.com/pod-product-compliance
Lightning Source LLC
Chambersburg PA
CBHW052203150726
48002CB00003B/1098